அவந்தான் அய்யாசாமி!

(குட்டிக் கதைகள் : பொன் மொழிகளுடன்)

அமலநாயகம்

Kaanal

அவன்தான் அய்யாசாமி	:	சிறுகதைகள்
ஆசிரியர்	:	அமலநாயகம்
	:	© ஆசிரியருக்கு
இரண்டாம் பதிப்பு	:	அக்டோபர் 2023
வெளியீடு	:	கானல் வெளியீடு
முகவரி	:	ப.எண்.19,பு.எண்.52ஏ, டி.எம்.சாரோன், மேலத்திக்கான் தெரு, திருவண்ணாமலை. 9342602986/9445870995
அச்சாக்கம்	:	மணி ஆப்செட், சென்னை - 600077
ISBN	:	978-81-965779-0-2
விலை	:	220/-

வாழ்த்துரை

எண்பதுகளில்... எங்கள் காலத்து இலக்கியப் பேராசிரியர், கவிஞர் பழமலய் அய்யா அவர்களின், சனங்களின் கதை, குரோட்டன்சுகளோடு கொஞ்ச நேரம், படித்து, திகைத்து, ரசித்து, திளைத்து, இப்படியும் எழுத முடியுமா? என வியக்க வைத்தன.

அவரைப் போலவே ஆசிரியர் அமலநாயகம் அவர்களும், மக்கள் நடையில், மக்கள் மொழியில், மக்கள் வழக்கியலை வடிவமைப்பவராக வளம் வருகிறார். வாழ்த்து மலர்க்கொந்தேந்தி வாழ்த்தி மகிழ்கிறேன்.

எழுதும் பணி தொடர்ந்திட வேண்டும்;
மனிதம் என்றும் மலர்ந்திட வேண்டும்.

காலத்தை வெல்லும் கதைசொல்லியான அமலநாயகம் கவிதை எழுதுகிறவராகவும் இருக்கிறார். கதையில் கவிதை; கவிதையில் கதை.

'அவையெல்லாம் பிராணி இல்ல தாத்தா, பிரியாணி'

எங்கேயோ போய்விட்டார். அறம் கூறுவதில் சுருக்கமும் கமுக்கமும், வரப் பெற்ற நிபுணராகத் தெரிகிறார்.

எளியமக்களின்வாழ்வியலைச்சித்திரமாக்கும்வித்தைகற்றவர்இவர்.

தமிழர்வதம் இலக்கியப் படைப்பு என்பது நீண்ட மரபு கொண்டது; அதில் இவரும் இணைந்து கொள்கிறார்

குட்டிக்கதைகள், பொன் மொழிகள், கேள்விகள், ஒருவரிக்கதைகள், லிமெரிக் என அனைத்தும் மனங் கவரும் மாணிக்க மணிகள்; சுவைக்க தூண்டும் தேன் துளிகள்.

சுற்றி வளைக்காத சொல்லாட்சி; பாசாங்கு இல்லாத பைந்தமிழ்; ஊரோடு உறவாடும் உளவியல் பேரின்பம்.

நம்ம ஊரு அய்யாசாமி, எளிய எதார்த்த சாமி; எள்ளி நகைப்பூட்டும் ஏகடியும் பேசும் குரு சாமி. அறிவார்ந்த சாமி, ஆனந்த சாமி, ஆக்ரோஷ சாமி, அரட்டல் உருட்டல் மிரட்டல் இல்லாத செம்புலத்து ஆரோக்கிய சாமி.

அறம் பேசும் அன்பு வளர்க்கும் நம் வழக்காற்று நாயகர் 'அவந்தான் அய்யாசாமி.'

தெருக்கூத்துக் கட்டியக்காரன், திரைக்கூத்து என்.எஸ். கிரிஷ்ணன், திரைகடல் தாண்டிய பீர்பால், தெனாலி அனைவரும் கலந்த கலவைதான் 'அவந்தான் அய்யாசாமி'.

வெட்டு ஒண்ணுதுண்டு ரெண்டு எனக் குட்டிக் கதைகளில் மொத்த வாழ்க்கையையும் சொல்லிக் கொண்டு போகிறார். 'அவந்தான் அய்யாசாமி'.

விடைச்சொல்லிப் போகும் வினாக்கள் வண்ணத்துப் பூச்சிகளாய் பேரழகு காட்டுகின்றன. வெடுக்கெனப் பாயும் வெட்டுக் கிளிகளாய் லிமெரிக் கவிதைகள் வடிவத்திலும் வார்த்தை மொழியிலும் புதுமை பேசுகின்றன.

ஒருவரிக் கதைகள் சீனிப் பட்டாசாய் மனத்தில் வெடிக்கின்றன. தென்பெண்ணை, கெடிலம், மணிமுத்தாறு நதிகளில் மிதந்துவரும் நடுநாட்டுக் காட்டுப்பூக்கள் இவை.

செம்புலத்து மனிதர்களின் இலக்கிய தூதுவன் அமலநாயகம் வாழ்க, வளர்க.

வாழ்த்தும்
கடலூர்.இர.ச.வேலுமணி
முன்னாள் தமிழ்ப் பேரவைச் செயலாளர்,
பெரியார் கலைக் கல்லூரி.

என்னுரை

'கதை கதையாம் காரணமாம்
கதைக்குள்ளே ஒரு சூரணமாம்'

ஒருவனுடைய வலியைக் குறைக்க நினைக்கிறவர்கள், அவனுடைய கதையைக் கேட்க வேண்டும்.ஒருவனுக்கு வழிகாட்ட நினைக்கிறவர்கள், வாழ்ந்தவர்களின் கதையை அவனுக்குக் கூற வேண்டும்.

பழமொழிகளைப் போலவே கதைகளும் காலம் கடந்து நிற்கின்றன.மதம், மொழி, இனம், நாடு கடந்து வலம் வருகின்றன.

கிருஷ்ணதேவராயர் அவையில் இருந்த தென்னாலிராமன், அக்பர் அவையில் இருந்த பீர்பால், துருக்கியில் பிறந்த முல்லா நஸ்ருதீன், லெபனானில் தோன்றி அமெரிக்காவில் புகழடைந்த கலீல் ஜுப்ரான் இவர்களின் கதைகளும், ஈசாப் கதைகளும் இன்று உலகக் கதைகளாகிவிட்டன. இவற்றில் பல ஒன்றோடொன்று கலந்தும், மாற்றியும், மறுஉருவாக்கம் செய்யப்பட்டும் புழக்கத்தில் விடப்படுகின்றன.இவை நம் அறிவுத்தளத்தையும், சிந்தனையையும் உரசி பார்ப்பவைகளாக உள்ளன.

ஏழை, பணக்காரன் என எல்லாருடைய வாழ்வையும் ஒரு கொண்டாட்டமாக்கும் வலிமை கதைகளுக்கு உண்டு.

நகைச்சுவையோடு, கவலைக்கு மருந்தாகவும், சிந்தனைக்கு விருந்தாகவும், இழப்பிற்கு மற்றாகவும், தோழமை, மகிழ்ச்சி,

விழிப்புணர்வு, உற்சாகம், வெற்றி, நம்பிக்கை என விரிந்து கொண்டே போகின்றன இவற்றின் பயணமும் பயன்பாடும்.

நமது சங்க இலக்கியங்களிலும் இவை போன்ற கதையாடல்களும் எள்ளலும், ஏகடிதமும் ஏராளமாய் உண்டு.

அவ்வைக்கு அறிவு புகட்டிய ஆறுமுகத்தின் கூற்றுதான் இந்த அவந்தான் அய்யாசாமி.

தனிமையில் இருப்பவர்களுக்குத் தோழமை தரவும், சோர்வுற்றிருப் போர்க்குத் தன்னம்பிக்கையைக் கொடுக்கவும், குழம்பித் தவிப்போர் ஞானத்தைக் கண்டடையவும் உதவக்கூடும், உருவக் கதைகளிலிருந்து மாறுபட்டவையான இந்த உண்மைக் கதைகள்,

ஒரு நிமிடத்திற்குள் அல்லது ஒரு சில நிமிடங்களுக்குள் படிக்கக் கூடிய இக்கதைகளுக்குள்ளும் இலக்கியப் பெருமை இருக்கிறது என்பதைக் காலம் ஏற்கும் காலம் வரும்.

வார்த்தைகள் மட்டுமே கதை சொல்லிவிட முடியாது

இதில் எங்கே கதை இருக்கிறது எனக் கேட்பவர்கள் அனுபவங்களை உணராதவர்கள்.

சிரிப்பு கலந்த சோகம்.

அழுகை கலந்த ஆனந்தம்

வெறுப்பு கலந்த பிணைப்பு என

ஒவ்வொரு கதையிலும் ஒரு நெருப்புப் பொறி மறைந்திருக்கிறது.

காலமே வாழ்க்கையாகத் தரப்பட்டும், நேரமில்லை யார்க்கும், பரபரப்பான உலகில் பக்கம் பக்கமாகப் படிக்க

முடியாதவர்களுக்காக ஒரு பக்கத்திற்குள் அமைகிற கதையாகவும், அதே நேரத்தில் ஒவ்வொரு கதையும் ஒரு, விதையாகவும் இருக்க வேண்டுமென விரும்பி படைக்கப்பட்டவை இவை.

பார்ப்பவற்றைப் பற்றிய ஒரு பார்வை, கேட்பவற்றைப் பற்றிய ஒரு கேள்வி, படிதத்வற்றைப் பற்றிய ஒரு சிந்தனை.என் தேடலின் தரத்திற்கு ஏற்ப எனக்குக் கிடைத்திருக்கும் முத்துகள் இவை.

உலகம் மிகப்பெரியது.பல நூறு தத்துவங்கள். பலநூறு இசங்கள், பல நூறு இலக்கியங்கள், இதில் நான் என்பது மண்ணில் ஒரு துகள், மழையில் ஒரு துளி, படைப்பில் ஒரு துச்சம் என்னுள் இருக்கும் புத்தனை, என்னுள் இருக்கும் எத்தனை, என்னுள் இருக்கும் மனிதனை, என்னுள் இருக்கும் விலங்கை, படைப்பாளி மனம் கொண்டு பதிவு செய்திருக்கிறேன்.

இதனை நூலாக்க நன் முயன்ற போது எனக்கு உதவிகாரமாக இருந்த அனைவருக்கும் நன்றிகள் பற்பல.

நூலாக்கித் தந்திருக்கும் வம்சி பதிப்பகத்தின் நிறுவனர் சகோதரி, கே.வி ஷைலஜா அவர்களுக்கு நெஞ்சார்ந்த நன்றிகள்.

அமலநாயகம்

2/1, திருமலை நகர் மேற்கு,

மஞ்சக்குப்பம்,

கடலூர் - 1

ஆசிரியரின் நூல்கள்

1. இரத்தம் வடிக்கும் சிலுவைமரம்
2. கரையோரத்து அலைகள்.(கவிதை)
3. முந்திரித்தோப்பு(நாட்டுப்புறக் கதைகள்)
4. பழஞ்சோறு (சிறுகதைகள்)
5. உடைந்த வாளும் வண்டியிழுக்கும் குதிரைகளும்.(கவிதைகள்)
6. ஒத்தையடிப்பாதை(சிறுகதைகள்)
7. நற்றமிழில் எழுத நடைமுறைக் கையேடு (இலக்கணம்)
8. காலச்சுவடுகள்(வளனார் பள்ளி வரலாறு)
9. ஆனைக்காரன் சந்து(சிறுகதைகள்)
10. அவந்தான் அய்யாசாமி (சிறு சிறு கதைகள்)

1. ஆழம் 19
2. அகப்பை 20
3. தாத்தா 21
4. சமத்துவம் 22
5. புகழ்ச்சி 23
6. எது சரி 24
7. மனம் 25
8. பலசாலி 26
9. சிறந்த சொல் 27
10. முயற்சி 28
11. உயரம் 29
12. மாற்றம் 30
13. கோணல் 31
14. சமாளிப்பு 32
15. விழிப்பு 33
16. சடங்கு 34
17. வெளிச்சம் 35
18. அகமதிப்பீடு 36
19. நன்மை 37
20. களஞ்சியம் 38

21. தந்திரம் 39
22. உள்ளொளி 40
23. சந்தர்ப்பம் 41
24. லாப-நஷ்டம் 42
25. ஒற்றை இலக்கு 43
26. பார்வைக் கோளாறு 44
27. எதிர்வினை 45
28. ஓட்டைப்படகு 46
29. தப்புக் கணக்கு 47
30. தன்னம்பிக்கை 48
31. சேமிப்பு 49
32. இரகசியம் 50
33. பயிற்சி 51
34. இயல்பு 52
35. குறியீடு 53
36. பக்குவம் 54
37. அறுவாதல் 55
38. வாய்ப்பாடு 56
39. கைகாட்டி 57
40. முன்னுரிமை 58

41. மீன் தொட்டி 59

42. நம்பிக்கை 60

43. அதிர்வுகள் 61

44. மதுபழக்கம் 62

45. உலகியல் 63

46. தலையீடு 64

47. ஒன்றே போதும் 65

48. முன்னெச்சரிக்கை 66

49. காலமாற்றம் 68

50. காலக்கெடு 69

51. குறட்டை 70

52. வழக்கு 71

53. பொய்யுலகம் 72

54. வலிமையானது 73

55. பின்னொட்டு 74

56. புரிதல் 75

57. குழந்தைத்தனம் 76

58. சீட்டாட்டம் 77

59. விலகல் 78

60. பொம்மலாட்டம் 79

61. சாதனை	80
62. கொம்பன்	82
63. சோகம்	83
64. யார் உடைத்தது?	84
65. வட்டம்	85
66. நூல்கண்டு	86
67. வெப்பமானி	87
68. பரமபதம்	88
69. ரசிகன்	89
70. பாடம்	90
71. சகோதரத்துவம்	91
72. சாப்பாடு	92
73. யோக்கியன்	93
74. கடவுள்	94
75. விதைப்பு	95
76. விடுபடுதல்	96
77. பதிவேடு	97
78. நறுக்கு	98
79. கல்வி	99
80. யாருக்கு?	100

81. மகரந்தம் 101

82. புளிப்பு 102

83. ருசி 103

84. பொருத்தம் 104

85. தரிசு 105

86. மழுப்பல் 106

87. தாய்மை 107

88. பட்டறிவு 108

89. அறிவுரை 109

90. கட்டுப்பாடு 110

91. சறுக்கல் 111

92. இழுப்பு 112

93. மனப்பாங்கு 113

94. முடிச்சு 114

95. அதற்காகத்தான் 115

96. குத்துவாள் 116

97. சூடு 117

98. போலித்தனம் 118

99. விளக்கம் 119

100. தடுமாற்றம் 120

101. விடுதலை ... 121
102. பாமரன் ... 122
103. உறக்கம் ... 123
104. சாபம்!!! ... 124
105. பிதாமகன் ... 125
106. தகவமைதல் ... 126
107. சலம்பல் ... 127
108. போட்டி ... 128
109. கானல் நீர் ... 129
110. அறிவுரை ... 130
111. கிட்டப்பார்வை ... 131
112. சூது ... 132
113. தருமர் ... 134
114. மனமாற்றம் ... 135
115. புத்திசாலி ... 136
116. அனுபவம் ... 137
117. கட்டமைப்பு ... 138
118. சிரிப்பு ... 139
119. சுயநலம் ... 140
120. தேடல் ... 141

121. பன்னாடை 142
122. அது எப்படி? 144
123. நடவு 145
124. ம(ண)னிதன் 146
125. விளக்கம் 147
126. மகிழ்ச்சி 149
127. சூழ்ச்சி 150
128. மாற்றிக்கொள் 152
129. வழிகாட்டுதல் 153
130. அவசரம் 154
131. மரியாதை 156
132. மூன்அறுபவும் 157
133. எண்ணம் 159
134. பந்தயம் 160
135. உண்மை 161
136. சொல்லாமை 162
137. பசி 163
138. ரசம் 164
139. அபிப்ராயம் 165
140. ஆன்மீகம் 166

141. அல்வா	167
142. விளம்பரம்	168
143. பயம்	169
144. பல் சொத்தை	170
145. மாத்தி யோசி	171
146. நான் நீ	172
147. திருடன்	173
148. அய்யாசாமியின் கேள்விகள்	175
149. அய்யாசாமியின் ஒருவரிக் கதைகள்	189
150. அய்யாசாமியின் ஓவியக் கவிதை	193
151. அய்யாசாமியின் லிமெரிக்	195
152. சீடன் அய்யாசாமி	204

புத்தன் சிரிப்பதுமில்லை,
புத்தன் அழுவதுமில்லை
புத்தனுக்கு,
உள்ளேயும் ஒன்றுமில்லை,
வெளியேயும் ஒன்றுமில்லை
புத்தனோடு இருப்பவன் எவனும்,
அதனாலேயே
புத்தனாகி விடுவதில்லை.

பேசுகிறவன் விதைக்கிறான்
கேட்கிறவன் அறுவடை செய்கிறான்

1. ஆழம்

உலகின் மிகச் சிறந்த, மிகச் சிறிய சிறுகதை ஒன்றைச் சொல் என்றதற்கு அய்யாசாமி சொன்ன கதை.

'ம்'

எதுவும் நிறைய இருக்க வேண்டுமென்பதில்லை

நிறைவாய் இருக்க வேண்டும்.

2. அகப்பை

ஒரு குட்டி நாய் தாத்தா நாயிடம் கதை சொல்லச் சொன்னால் தாத்தா நாய் எப்படிக் கதை சொல்லியிருக்கும் என்று அய்யாசாமியிடம் கேட்டதற்கு, அவர் சொன்ன கதை.

லொள், லொள், லொள்

லொள், லொள், லொள்

லொள்,

லொள், லொள்,

லொள், லொள், லொள்.................

உனக்குத் தெரியாதென்பதைத் தெரியாதென்று சொல்.

3. தாத்தா

தாத்தாவாகிவிட்டார் அய்யாசாமி. அவருக்கு வயது இப்போது தொண்ணூறு.

பேரன் பேத்தி மட்டுமல்ல; அதையும் தாண்டி பார்த்துவிட்டார்.

போகாத இடம் கிடையாது;

பார்க்காத ஊர் கிடையாது;

பண்ணாத பஞ்சாயத்துக் கிடையாது.

ஆயிரம் பேருக்கு அறிவுரை கூறக் கூடியவர்.

மரணப்படுக்கையில் படுத்துக்கொண்டு கிடக்கிறார்.

இன்னும் அவருக்கு அந்தச் சந்தேகம் இருந்து கொண்டுதான் இருக்கிறது.

"தவிட்டிற்குத்தான் என்னை வாங்கினார்களா?"

மனத்தில் காடுள்ள மிருகத்தைப் பழக்க முடியாது.

4. சமத்துவம்

இராஜாதி ராஜ,
இராஜ மார்த்தாண்ட,
இராஜ கம்பீர,
ஸ்ரீ, ஸ்ரீ
மகா கனம் பொருந்திய,
இராஜேந்திர இராஜனின் கதை என்று அய்யாசாமி சொன்னது.
"அவரும் ஒரு நாள்
இறந்து போனார்"

ஒன்றுமில்லையென்பதுதான் சிதம்பர இரகசியம்

5. புகழ்ச்சி

கேட்பார் யாருமின்றி,
புல்லாங்குழலை
வாசித்துக் கொண்டிருந்த அய்யாசாமி,
பசியெடுத்ததும்
களைப்புற்று நிறுத்தலாமா என யோசித்தான்.
ஆஹா! என்றொரு சத்தம்
எங்கிருந்தோ.
வைக்க நினைத்தவன்,
வாசிக்க ஆரம்பித்துவிட்டான்.

புகழ்ந்து பேசு குதிரை கழுதையாகி விடும்.

6. எது சரி

ஏழு பற்றிய அய்யாசாமியின் கணக்கு
ஓரேழு ஏழு
ரெண்டேழு ஏழு
மூவேழு ஏழு
- -
- -
ஒன்பது ஏழு ஏழு
எத்தனை ஏழாய் இருந்தாலென்ன
ஏழு என்பது ஏழுதான்
புரியவில்லை என்று கேட்டவனிடம்
"ஒரு மாம்பழம் என்றாலும் மாம்பழம் தான்
பத்து மாம்பழம் என்றாலும் மாம்பழம் தான்"

சரியானதென்று எதுவுமில்லை
தவறானதென்றும் எதுவுமில்லை

7. மனம்

அய்யாசாமிய - ஒரு
மழலையர் பள்ளிகூடத்துல சேத்துருக்காங்க
அங்க
ஊஞ்சல் இருக்கு,
சறுக்கு மரம் இருக்கு,
பொம்ம இருக்கு,
கம்பியூட்டர் இருக்கு
ஆயா இருக்கு
என்னென்னவோ இருக்கு
எல்லாத்தியும் வுட்டுட்டு
வேற எதையோ தேடுறான் அய்யாசாமி
''இம்மாத்திரத்தையும் பாக்காம
வேற என்னடா தேடுற?''
''எங்கம்மாவோட மொகம்''

மீன்களின் தாகம் தண்ணீராய் இருக்காது

8. பலசாலி

தெருவழியே
போய்க் கொண்டிருந்த நாயைக்
கல்லால் அடித்தான் அய்யாசாமி.
அது திரும்பிப் பார்த்துக் கொண்டே
ஓடியது.
அவனுக்குள் யோசனை ஓடியது
"திரும்பிப் பார்த்துக் கொண்டே
ஓடுகிறதே
கடிக்கவா?"

*மிரட்டிக் கொண்டிருப்பவனும் உள்ளுக்குள்
பயந்து கொண்டுதானிருக்கிறான்*

9. சிறந்த சொல்

வாழ்த்து அட்டைகள் விற்கும் கடைக்குப் போன அய்யாசாமி, ஒரே ஒரு சொல் மட்டுமே எழுதப்பட்டு, வேறு எதுவுமே எழுதப்படாதவொரு அட்டையைப் பார்த்துவிட்டு, அதில் பத்து அட்டைகளை வாங்கிக் கொண்டான்.

"ஏன் ஒரே அட்டையைப் பத்து வாங்கினீர்கள்"

"உலகத்தின் மிக உயர்ந்த சொல் இதில்தான் எழுதப்பட்டிருக்கிறது"

"அப்படி என்ன வார்த்தை?"

"நன்றி"

ஒவ்வொரு நாளும் ஒரு நன்றி
ஒவ்வொரு நாளும் ஒரு பாராட்டு
ஒவ்வொரு நாளும் ஒரு உதவி

10. முயற்சி

எந்த வேலைக்குப் போனாலும்
தோல்வியோடதான்
திரும்பி வராரு, அய்யாசாமி.
இருந்து இருந்து பாத்துட்டு
அவரோட மனைவி கேக்குது
"எங்கப் போனாலும்
எதச் செஞ்சாலுந்தான்
தோல்வியா முடியுதே
அப்புறம் ஏன்
முயற்சி பண்ணிகிட்டே இருக்கீங்க?"
"மூச்சு நிக்கட்டும்
முயற்சிய நிறுத்திக்கிறேன்"

நீயாக இருப்பதே
நிகரற்று இருப்பது

11. உயரம்

தெருவில் பசியோடு நின்றிருக்கும்
அந்த ஏழைச் சிறுமியைப் பார்த்து இரக்கப்பட்டான் அய்யாசாமி
"என் வீட்டிற்கு வருகிறாயா? நல்ல சாப்பாடு தருகிறேன்"
சிறுமி சொன்னாள்,
"என் குட்டி நாய்க்கும் சாப்பாடு போடுவீர்களா?"

"உனக்கே வீடு இல்ல, துணி இல்ல, சாப்பாடு இல்ல,
அப்புறம் எதுக்கு இந்த நாயப் பத்திக் கவல படுற?"
"எனக்கு இதெல்லாம் இல்லாட்டியும் அப்பா அம்மா
இருக்காங்க. இதுக்கு அது கூட இல்லியே"

ஏழ்மை நற்குணங்களை
விரட்டி விடுவதில்லை

12. மாற்றம்

ஆடு ஒன்று புல்லைப் பார்த்துக் கேட்டது,
"நீ என்னைப் போல் ஆடு ஆக விரும்புகிறாயா?"
"அதெப்படி முடியும்?"
"விரும்புகிறாயா சொல்"
ஆம் என்றது புல்.
உடனே அதைச்சாப்பிட்டு ஆடாக்கிக் கொண்டது ஆடு,
இதைப்பார்த்த அய்யாசாமி, ஆட்டிடம் கேட்டான்.
"நீ என்னைப் போல மனிதனாக ஆசைபடுகிறாயா?"
"அதெப்படி முடியும்?"
"ஆசைபடுகிறாயா சொல்?"
ஆம் என்றது ஆடு.
உடனே அதை அடித்துச் சாப்பிட்டு மனிதனாக்கிக் கொண்டான் அய்யாசாமி.
அய்யாசாமியைப் பார்த்து இறைவன் கேட்டான்
"நீ என்னைப் போல் இறைவனாக ஆசைப்படுகிறாயா?"
"அது எப்படி முடியும்?"
"அசைப்படுகிறாயா சொல்?"
ஆம் என்றான் மனிதன். ஒரு சாலை விபத்தில் இறைவன் ஆகிவிட்டான் அவன்.

இடமாற்றமும் உயிர்மாற்றமும்தான்
இயற்கையின் விளையாட்டு.

.அமலநாயகம்

13. கோணல்

ஆற்றில் திடிரென வெள்ளம்.
ஆற்றில் ஏதேதோ அடித்துக்கொண்டு வருகின்றன.
அய்யாசாமிக்கு நீச்சல் தெரியும்.
வெள்ளத்தில் அடித்துக் கொண்டு வந்த ஆடுகளில்
அய்ந்தை உயிரோடு பிடித்துக் கொண்டு வந்து விட்டான்.
ஊரே ஆச்சர்யத்தோடு வேடிக்கை பார்க்கிறது.
இடுப்பில் கட்டியிருந்த துண்டைப் பிழிந்து காயப்போடுகிற
அய்யாசாமி முணங்கிக் கொண்டிருக்கிறான் இப்படி.
"ரெண்டு ஆடு, ரெண்டு ஆடு
அய்ந்து ஆட்ட பிடிச்சுட்டு வந்து ரெண்டு ரெண்டுங்கிற?"
"இன்னும் ரெண்டு ஆட்ட பிடிக்காம விட்டுட்டேனே"

கிடைக்காததற்காக வருத்தப்படுவனுக்குக்
கிடைத்ததற்கான மகிழ்ச்சி இருக்காது.

14. சமாளிப்பு

அசோகரின் கலிங்கத்துப் போரைப் பற்றி விவரி என்று
தேர்வில் கேட்டிருந்தார்கள்.
அய்யாசாமி எழுத ஆரம்பித்தான்.
அசோகர் மிகப்பெரிய அரசர், மகாவீரர்,
அவரது கலிங்கத்துப் போர் மிகப்பெரிய போர்,
மாபெரும் சண்டை,
அதில் கலந்து கொண்ட படை மிகப்பெரிய படை,
மாபெரும் கூட்டம்.
அதில் இறந்தவர்களின் எண்ணிக்கை மிகப்பெரிய எண்ணிக்கை,
அதில் பெற்ற வெற்றி மிகப்பெரிய வெற்றி.
எதிரிகளுக்குக் கிடைத்ததோ மிகப்பெரிய தோல்வி.
போர் என்றால் அதுதான் போர்.
சண்டை என்றால் அதுதான் சண்டை.
வெற்றி என்றால் அதுதான் வெற்றி.
அப்படிப்பட்ட போரை உலகம் இதுவரைப்பார்த்ததுமில்லை,
இனிப் பார்க்கப் போவதுமில்லை............
நேரம் முடிந்துவிட்டதென்று
விடைத்தாளைப் பிடுங்குகிற வரை,
இப்படியாக எழுதிக் கொண்டே போனான் அய்யாசாமி.

தெரியாதென்பதைத் தெரியாதென்று
யாரும் சொல்வதில்லை.

15. விழிப்பு

''என் வீட்டக் காணும், என் வீட்டக் காணும்''

தெரு தெருவா தேடிக்கிட்டு வரா அய்யாசாமி.

வழியில போனவரு தடுத்து நிறுத்திக் கேக்கறாரு

''வீடு எங்கப்பா போகும், தீ புடிச்சி எரிஞ்சுப்போச்சா?''

''இல்லிங்க''

''புயல்ல சேதமாயிடுச்சா?''

''இல்லிங்க''

''சரி ஒன்வீடு எங்க இருந்தது, தெக்குத் தெருவா?''

''இல்லிங்க''

''மேற்குத் தெருவா?''

''இல்லிங்க''

''வேற எந்தத் தெரு?''

''எந்தத் தெருவுலியும் இல்லிங்க''

''ஊருக்கு வெளிய இருந்துதா?''

''இல்லிங்க''

''அப்புறம் எப்படி இல்லாத வீட்டத் தேடுற?''

''உங்களுக்கு வீடு இருக்குல்ல, அவருக்கு வீடு இருக்குல்ல,''

அது மாதிரி

எனக்கும் வீடு இருக்கணுமில்ல; அதத்தான் தேடுறன்''

புதைந்து கொண்டிருக்கிற உமி

ஊத ஊதத்தான் எரியும்

16. சடங்கு

பள்ளிக்கூட மணி அடித்ததும்
மாணவர்களுக்கு முன்பாகப் பையைத் தூக்கிக் கொண்டு
வெளியே வந்தார் ஆசிரியர் ஒருவர்,
அவரைப் பார்த்து அய்யாசாமி கேட்டான்.

"மணி அடித்ததும்
முடிந்து விடுகிறதா
ஆசிரியர் பணி?"

வீட்டுப்பாடம் கொடுக்கிறவர்
ஆசிரியரே அல்ல!
வீட்டுப்பாடம் செய்யாதவன்
மாணவனே அல்ல!

17. வெளிச்சம்

அய்யாசாமி அடாவடித்தனமும்,

நீதியற்ற செயல்களைச் செய்பவனுமாக இருந்தான்,

சில நாட்களாக அவனது செயல்பாடுகளில் நல்ல மாற்றம்.

நல்லவனாக மாறிவிட்டிருந்தான்.

அவனது நண்பன் கேட்டான்,

''எப்படித் திடீரென இப்படி?''

''சிலருடைய வாழ்க்கை புத்தகங்களைப் படித்தேன்,

மனமாற்றம் வந்தது''

''யாருடைய வாழ்க்கைப் புத்தகங்கள்

புத்தன், காந்தி, இயேசு இவர்களுடையதா?''

''இல்லை, ஹிட்லர், இடி அமின், முசோலினி

இவர்களுடைய புத்தகங்கள்''

பூவிலிருந்து மணத்தைக் கற்றுக் கொள்

முள்ளிலிருந்து பாதுகாப்பைக் கற்றுக்கொள்

18. அகமதிப்பீடு

பத்துபேர் மட்டுமே அமர்ந்து கொண்டிருக்கும் கூட்டத்தில்
பேசிய அய்யாசாமி, ஒவ்வொரு முறையும்,
நான் பேசுகிறது கேட்கிறதா? நான் பேசுகிறது கேட்கிறதா?
எனக் கேட்டுக்கொண்டே இருந்தான்.
கூட்டத்தில் அமர்ந்திருந்தவர் இன்னொருவரிடம் கேட்டார்.
"பத்து பேர் தானே இருக்கிறோம்.
இவர் ஏன் அடிக்கடி கேட்கிறதா, கேட்கிறதா எனக் கேட்கிறார்?"
அதந்த இன்னொருவர் சொன்னார்
"அவருக்குக் காது கேட்காது அதுதான்"

தன்னை வைத்தே
பிறரையும் எடை போடும் உலகம்.

19. நன்மை

பூ விற்றுக்கொண்டு வரும் அய்யாசாமி வீட்டுக்காரரிடம் சொன்னான்.

"தினமும் இரண்டு முழம் பூ வாங்கி உங்கள் தாய் தந்தையின் படத்திற்குப் போடுங்கள் நல்லது நடக்கும்"

வீட்டுக்காரர் மாதக் கணக்கில் பூ வாங்கி போட்டுவிட்டுக் கேட்டார்.
"என்னது? நல்லது ஒன்றும் நடக்கலியே"
"ஏன் இப்படிச் சொல்றீங்க?"
"எனக்குப் பூ வியாபாரம் நன்றாக நடக்கிறதே"

விளம்பரப்படுத்தி நடத்தப்படும் வியாபாரம் பாதி ஏமாற்றுத்தனமே.

20. களஞ்சியம்

அய்யாசாமியின் பாட்டி இறந்து விட்டார்
எரிப்பதற்காகச் சுடுகாட்டிற்குத் தூக்கிச் செல்கிறார்கள்.
பின்தொடரும் அய்யாசாமி இவ்வாறு
புலம்பிக் கொண்டு போகிறான்.
''ஐய்யய்யோ! பாட்டி கொஞ்சம்தான் குடுத்தாங்க,
மீதிய எடுத்துக்கிட்டுப் போறாங்க''
''உன் பாட்டி என்னத்த எடுத்துக்கிட்டுப்போகுது, நகைகளா?''
''இல்ல''
''பணமா?''
''இல்ல''
''வேற என்ன கொண்டு போகுது?''
''கதைங்கள''

குருதியாலும் சதையாலும் மட்டுமல்ல,
கதையாலும் ஆக்கப்பட்டவன் மனிதன்

21. தந்திரம்

மான் வேட்டைக்குப் போனான் அய்யாசாமி,
மான் கிடைக்கவில்லை, ஒரு நரியை வேட்டையாடி
கொண்டுவந்தான்,
நரியின் தோலை உரித்துவிட்டு அதன் மாமிசத்தை
விற்பதற்குத் தயார் படுத்திக் கொண்டிருந்தான்.
அவன் மனைவி கேட்டாள்,
''நான் வீடு வீடாகச் சென்று,
நரியின் பல்லின் பெருமையையும், ஈரலில் இருக்கும்
வலிமையையும், இரத்ததின் மருத்துவக் குணத்தையும்,
மாமிசத்தின் உயர்வையும் பற்றிச் சொல்லிவிட்டு வரட்டுமா?''
''ம், கூடுதலாக இதையும் சேர்த்துக் கொள்.
மான்கறி சூடு, உடம்புக்கு நல்லதல்ல''

அது இருந்த இடத்திற்கு
இது

22. உள்ளொளி

''புறான்னா எனக்குக் கொள்ள பிரியம்.

புதுசா ஒண்ணு வாங்கியிருக்கேன்.கூண்டு கூட புதுசுதான்.

காலையில எழுந்ததும் ஓடி வந்து முத்தம் குடுப்பேன்,

தவறாம தண்ணி வைப்பேன்,

தானியம் தூவுவேன்.பேசக் கத்துக் குடுக்குறேன்.

அதுக்கு இன்னும் ஏதாவது செய்யனும்னு நெனைக்கிறேன்.

ஐடியா ஏதாவது இருந்தா சொல்லு.''

அய்யாசாமி, சொன்னான்,

''அத பறக்க வுடுப்பா, அதான் அதுக்கு நல்லது''

கற்பித்தல் என்பது ஒளியேற்றுவது

ஓட்டை அடிப்பதல்ல

23. சந்தர்ப்பம்

அய்யாசாமி கடவுள் நம்பிக்கை இல்லாதவன்.

திடிரென ஒரு நாள் தன் குடும்பக் குல தெய்வம் கோயில் முன் நின்று

தேங்காய் உடைத்து, பயபக்தியாய் வேண்டிக் கொண்டிருந்தான்.

கோயிலுக்கு வராதவன் கோயிலுக்கு வந்ததோடு,

தேங்காயும் உடைத்துக் கொண்டிருப்பதைப் பார்த்த

அவன் நண்பன் கேட்டான்.

"என்ன அய்யாசாமி, சாமி கும்புடுற போலிருக்கு?"

"அதெல்லாம் ஒண்ணுமில்ல; காணாம போன
என் ஆட்டக் கண்டு புடுச்சுக்கிட்டுருக்கேன்"

எல்லோரும் நல்லவர்களே
சோம்பேறிகளைத் தவிர!

24. லாப-நஷ்டம்

அழுவதும் சிரிப்பதுமாய்
மாற்றி மாற்றி செய்து கொண்டிருந்தாள்,
அய்யாசாமியின் மனைவி.

"சிரிக்கிறாய், உடனே அழுகிறாய், என்ன ஆச்சு உனக்கு?"
"நீளமான கூந்தலைக் கொடுத்தால்
வைரக்கம்மல் இலவசம் என்றார்கள்,
முடியை வெட்டிக்கொடுத்துக் கம்மலை வாங்கி வந்து விட்டேன்.
கம்மலை நினைத்துச் சிரிக்கிறேன்,
கூந்தலை நினைத்து அழுகிறேன்"

எந்த ஒரு குழப்பமென்றாலும்
நமக்கும் பங்கில்லாமல் இருக்காது

25. ஒற்றை இலக்கு

தேநீர் கடைக்குச் சென்று தேநீர் வாங்கிய அய்யாசாமி
அதை உதட்டில் வைத்துப் பார்த்துவிட்டு,
வேக வேகமாக ஊதினான்.
சிறிது நேரம் கழித்து மீண்டும் உதட்டில் வைத்துப்பார்த்தவன்,
அதை தரையில் ஊற்றினான்.
இதைப் பார்த்துக் கொண்டிருந்தவன் கேட்டான்.
''ஏன் தேநீரை நீண்ட நேரம் ஊதினாய்?''
''மிகவும் சூடாக இருந்ததால்''
''பிறகு ஏன் கீழே ஊற்றினாய்?''
''சூடே இல்லை அதானல்தான்''.

நடந்துகொண்டே இருந்தால்
ஊர்ப்போய் விடும்.

26. பார்வைக் கோளாறு

''நான் சொல்றத யாருமே கேக்க மாட்டீங்களா?''

முச்சந்தி ஒன்றில் நின்று கொண்டு

அரை மணி நேரமாகக் கத்திக் கொண்டிருந்தான் ஒருவன்.

அவன் பக்கத்திலிருந்த அய்யாசாமி

பொறுத்துப் பொறுத்துப் பார்த்துவிட்டு, கன்னத்தில்

ஒரு அரை கொடுத்துவிட்டுச் சொன்னான்.

'முட்டாளே!'

எவ்வளவு நேரமாகக் கேட்கிறேன்.

சொல் கேட்கிறேன் என்று''

அடுத்தவனுக்குக் காது கொடுக்கிறவனுக்குத்தான்,

நாடு செவி மடுக்கும்.

27. எதிர்வினை

"அய்யய்யோ! கண்ணாடிய மறந்து வச்சுட்டு வந்துட்டேன்."
"இருபது தோப்புக்கரணம் போடுங்க டீச்சர்"
அய்யாசாமி சொன்னான்.
"நான் ஏண்டா தோப்புக்கரணம் போடணும்?"
"நேத்து நான் நோட்ட மறந்து வச்சுட்டு வந்ததுக்கு
இருவது தோப்புக்கரணம்
போடச் சொன்னீங்க இல்ல டீச்சர்"

குழந்தைகள் என்பது
குழந்தைகளாய் இருப்பது

28. ஓட்டைப்படகு

அய்யாசாமி புலம்பிக்கொண்டிருக்கிறான்.
"பெற்றோர்களுக்காக உழைத்தேன்
சகோதரிகளுக்காக உழைத்தேன்
குடும்பத்திற்காக உழைத்தேன்
....
....
...................................இப்போது
பேரப்பிள்ளைகளுக்காக
உழைத்துக் கொண்டிருக்கிறேன்"

சுள்ளியே பொருக்கிக் கொண்டிருப்பவன்
குளிர்காய மாட்டான்

.அமலநாயகம்

29. தப்புக் கணக்கு

அய்யாசாமி அடி வயிற்றில் கையை வைத்துக்கொண்டு அழுது கொண்டிருந்தான். அவ்வப்போது விழுந்து புரண்டான்
"என்ன வயிற்று வலியா? மருத்துவரிடம் செல்ல வேண்டியதுதானே?"
"எனக்கு வயிற்று வலியென்று யார் சொன்னது?"
"பிறகு ஏன் வயிற்றைப் பிடித்துக்கொண்டு அழுகிறாய்?"
"வயிற்றுவலி வந்தால் எப்படி அழவேண்டும் என்று ஒத்திகை பார்க்கிறேன்"

கேட்டுவிட்டுப் பிறப்பதில்லை;
சொல்லிவிட்டு இறப்பதில்லை

30. தன்னம்பிக்கை

இரு சக்கர வாகனத்தில் சென்று கொண்டிருக்கும்போது
அய்யாசாமிக்கு ஒரு விபத்து ஏற்பட்டது.
அவருடைய ஒரு காலில் பேருந்தின் சக்கரம் ஏறி,
அந்தக் காலையே வெட்டி எடுக்க வேண்டிய நிலை,
மருத்துவர் மெது மெதுவாகச் செய்தியை
அய்யாசாமியிடம் சொன்னார்.
''இனிமேல் உங்களால்.....''
சொல்ல வந்ததை அவராலேயே முடிக்க முடியவில்லை,
அய்யாசாமி இடைமறித்தார்.
''வருத்தப்படாதிங்க டாக்டர்.
இந்த விபத்து என் உடலைத் தாக்கிவிட்டது.
என் உள்ளதையும் தாக்க விடமாட்டேன்.''

நம்பிக்கை இழப்பது
அடையாளத்தை இழப்பது.

31. சேமிப்பு

மின்சாரம் வீணாகிறதென்று
விளக்கை அணைத்தாள் அய்யாசாமியின் மனைவி,.
சுவர் கடிகாரத்தை
நிறுத்தப்போனான் அய்யாசாமி
"என்ன பண்ணப் போறீங்க?"
"என் பங்குக்குக் கடிகாரத்தை நிறுத்தப் போறேன்"
"ஏன்?"
"நேரம் வீணாவுதே"

எல்லா வழிகளும்
ரோமுக்குப் போகாது

32. இரகசியம்

"உனக்கு மட்டும் இரகசியம் சொல்வேன் யாரிடமும் சொல்லாமல் இருப்பாயா?"

தன் மனைவியிடம் கேட்டார் அய்யாசாமி.

அவர் மனைவி சொன்னாள்

"யாரிடமும் சொல்ல மாட்டேன்"

"நீ சொல்ல மாட்டாய் என்பதை நான் எப்படி நம்புவது?"

"என் அம்மா மேல சத்தியமா, யாரிடமும் சொல்ல மாட்டேன்."

"நீயுமா?"

"என்னங்க நீயுமாங்கிறீங்க?"

"எங்கம்மா சத்தியமா யாரிடமும் சொல்ல மாட்டேன் என்று சொல்லித்தான் நானே இந்த இரகசியத்தை ஒருத்தர்கிட்டேயிருந்து கேட்டுக்கிட்டு வந்தேன்"

இரகசியம் என்பதை யாரும்
இரகசியமாக வைப்பதில்லை.

33. பயிற்சி

பள்ளியில், மாணவன் ஒருவனை நிகழ்ச்சியொன்றில்
பேசுவதற்குத் தயார் செய்தார் அய்யாசாமி ஆசிரியர்.
சிறுவனுக்கு மேடை புது அனுபவம் என்பதால்
பேச்சு வரவில்லை.
நடுநடுங்கி, வாய்க்குழறி சொதப்பி விட்டான்.
நிகழ்ச்சிமுடிந்ததும், தலைமை ஆசிரியர்,
அய்யாசாமியை வைத்துக்கொண்டு,
அந்த மாணவனைத் திட்டினார்.
"என்னது இது?"
ரெண்டு பக்கத்த மனப்பாடம் செய்து பேசத் தெரியல,
திரு திருன்னு முழிக்கிற, தண்டம்,
நீ எல்லாம் எதுக்கு லாயக்கு?..."
ஒரு துண்டு சீட்டை
தலைமை ஆசிரியரின் மேசையில் வைத்துவிட்டு
பையனை அழைத்துக் கொண்டு
வெளியேறினார் அய்யாசாமி ஆசிரியர்.
"இவன் கற்றுக்கொள்கிறவன்தான்
கற்று முடித்தவன் அல்ல."

பயிற்சி எல்லாம்
பாச்சலாக இருக்க வேண்டுமென்பதில்லை.

34. இயல்பு

அய்யாசாமி எம்.ஜி.ஆரைப் போல் மிம்மிக்கிரை செய்தான். அது எண்பது சதவீதம் சரியார் இருந்தது. கமலைப் போல் பேசினான்.

அது தொண்ணுறு சதவிகிதம் ஒத்துப் போனது.

போட்டியின் நடுவர் அவனைப் பார்த்துக் கேட்டார்.

"நூறு சதவிகிதம் யாரைப் போலவாவது மிம்மிக்கிரை செய்ய முடியுமா?"

"முடியும்"

"அதற்கு அதிக பயிற்சி தேவைப்படுமா?"

"இல்லை பயிற்சியே வேண்டாம்"

"அப்படியென்றால் அது யாரைப் போல?"

"என்னைப் போல"

நாம் நாமாக இருப்பதே
இயல்பானது, தேவையானது

35. குறியீடு

''அம்மா! நீ ரொம்ப பாவம்மா!''
அய்யாசாமி சொன்னான்.
''ஏண்டா?''
''இந்த அப்பாக்கூட எப்படித்தான்
இத்தினி வருஷமா இருக்கியோ?''
''அத ஒங்கப்பாக்கிட்ட சொல்லுடா''
''அவுரு ரொம்ப பாவம்மா!''
''ஏண்டா?''
''ஒங்கூட எப்படித்தான் இத்தினி வருஷமா
இருக்காரோ!''

கண்ணீர் தேவைபடுகிறவர்களுக்குக் கண்ணீர்
உப்பு தேவைப்படுகிறவர்களுக்கு உப்பு

36. பக்குவம்

கூட்டத்துக்கு நடுவுல வந்து நின்னு
அமைதி அமைதின்னு
கத்தினான் அய்யாசாமி.
என்ன ஏதுன்னு தெரியாம
எல்லாரும் அமைதியாயிட்டாங்க.
எல்லாரும் அமைதியான பிறகும்
அய்யாசாமி பேசாமலே நிற்கிறான்.
ஒருத்தர் கேட்டாரு
"எதுவும் பேசாம இருக்கியே
அப்புறம் ஏன் எங்கள
அமைதியா இருக்கச் சொன்ன?"
"அமைதியா இருக்கத்தான்."

காண்பதற்கு எதுமில்லாத போது
விளக்கை அணைத்துவிடலாம்

37. அதுவாதல்

"அப்பா! நீ போயிட்டியே!
இனிமே
எனக்குன்னு யாரு இருக்காங்க?"
செத்துப்போன
கழுதைக்குப் பக்கத்துல அமர்ந்து
அழுதுகிட்டிருக்காரு அய்யாசாமி
எல்லாரும் கேக்கறாங்க
"என்னஇதெல்லாம்?"
"இந்தக் கழுதையோட குட்டி
எனக்காக மூட்டை சுமந்துகிட்டுப் போயிருக்கு.
அதான், அதுக்காக
நான் அழுதுகிட்டிருக்கேன்."

அறியாமை மாதிரி
பெரிய ஆயுதம் வேறில்லை.

38. வாய்ப்பாடு

அய்யாசாமி
படித்துவிட்டுச் சொன்னான்
"சிறிய முதலீடு
சிறிய லாபம்,
பெரிய முதலீடு
பெரிய லாபம்"
அதே அய்யாசாமி
வியாபாரம் செய்து விட்டுச் சொன்னான்
"சிறிய முதலீடு
சிறிய நஷ்டம்;
பெரிய முதலீடு
பெரிய நஷ்டம்"

ஒரு நல்ல சாவி என்பது
எல்லாப் பூட்டுக்களையும் திறந்து விடாது

.அமலநாயகம்

39. கைகாட்டி

மூட நம்பிக்கை என்றால்
அர்த்தம் தெரியுமா மகனே!
அய்யாசாமி சொன்னான்
''வயதான உங்கள் அப்பா அம்மாவுக்கு
நீங்கள் செய்யாததையெல்லாம்
உங்களுக்கு நான்
செய்வேன் என்று நம்புகிறீர்களே
அதுதான்''

நாம் கொடுப்பதுதான்
நமக்குக் கிடைக்கும்

40. முன்னுரிமை

வயலுக்கு வேலைக்குச் சென்று விட்டு
திரும்பி வந்த அம்மாவிடம்,
அய்யாசாமி அழுதுகொண்டே சொன்னான்.

"அம்மா, தம்பி அஞ்சு ரூபாய
முழுங்கிட்டாம்மா"

"அய்யய்யோ!காச முழுங்கிட்டானா?
நான் டாக்டர் கிட்ட கூட்டிக்கிட்டுப் போறேன்
நீ வீட்டப்பாத்துக்க"
"இல்லம்மா நானும்தான் வருவேன்"
"நீ ஏண்டா வரணும்?"
"அந்த அஞ்சு ரூபா எங்காசு."

பொம்மையாய் மாறினால்தான்
குழந்தை பேசும் மொழி புரியும்

41. மீன் தொட்டி

நண்பன் வீட்டிற்குச்
சென்று திரும்பிய அய்யாசாமி,
யோசித்துக் கொண்டிருக்கிறார் இப்படி,
"இத்தனை குழந்தைகள்
இருக்கும் வீட்டுச் சுவரில்
ஒரு கிறுக்கலும் இல்லையே
சாகடிக்கப்பட்டிருக்குமோ
குழந்தைப்பருவம்?"

வரிசையாக வளர்க்கப்படும் மரங்கள்
ஒரு போதும் வனமாகாது

42. நம்பிக்கை

நண்பன் புலம்பிக் கொண்டிருந்தான்
"இரவில் வந்த திருடன்
பெரிய பெரிய பொருட்களையெல்லாம்
எடுத்துக்கொண்டு போய் விட்டான்"
அய்யாசாமி ஆறுதல் சொன்னான்
"கவலைப்படாதே!
விட்டு விட்டுப் போயிருப்பான்
சின்னச் சின்ன தடயங்களை"

எங்கேயும் எப்போதும் - ஒரு
வழி இருக்கிறது.

43. அதிர்வுகள்

அவர்களின் உடைமைகளுக்குப் பாதுகாப்பில்லை;
உயிருக்கு உத்தரவாதமில்லை;
இனம், மொழியென
வதைக்கப்படுவது கண்டு
போராடினார்கள்;
ஆயுதமேந்தினார்கள்;
வென்றார்கள்;
தோற்றார்கள்;
கொன்று குவிக்கப்பட்டார்கள்;
புதைக்கப் பட்டு விட்டதாகச்
சொல்கிறார்கள் எல்லாரும்.
அய்யாசாமி கேட்கிறான் இப்படி
"அவனைப் புதைத்துவிட்டீர்களே,
விதையாக இருந்தான் என்றால்
என்ன செய்வீர்கள்?"

பூ பூக்கும், வாடும், வதங்கும்
சுருங்கி விழும் அங்கே
மீண்டுமொரு மொட்டு விரியும்.

44. மதுபழக்கம்

தினமும் குடித்துவிட்டு வருகிற
தங்கள் அப்பாவை நினைத்து
அய்யாசாமியும் அவன் தங்கையும் பேசிக்கிறாங்க
"அப்பா நல்ல அப்பா,
குடிக்கலான்னா,
இன்னும் நல்ல அப்பா"

அறிவுள்ளவன் குடிப்பதில்லை
குடித்தவன்
அறிவுள்ளவனாக நடப்பதில்லை

45. உலகியல்

பால்காரன் தண்ணீர் கலந்து கொடுப்பதாகப்
புலம்பினாள் மனைவி.
பால்காரனை மாற்றி விட்டான் அய்யாசாமி.
அதுவும் சரியில்லையென்று குறைபட்டுக் கொண்டாள்.
பால்காரனை நிறுத்திவிட்டு,
பால் பாக்கெட் வாங்கி வந்து கொடுத்தான்,
அதையும் பால் பவுடர்,
அது இது வென்று குறையாகச் சொன்னாள்.
புல், பருத்தி, புண்ணாக்கு
மூன்றையும் கொண்டு வந்து கொடுத்தான் அய்யாசாமி.
"என்ன இவையெல்லாம்?" மனைவி கேட்டாள்
"இவற்றைச் சாப்பிட்டுதான் பால் தருகிறது பசு" சொல்லிவிட்டு
வேறு வேலையைப் பார்க்க போய்விட்டான் அய்யாசாமி.

எதார்த்தத்தை ஏற்றுக்கொள்ளாமல்
வாழ முடியாது உலகில்

46. தலையீடு

தான் வரைந்த ஓவியங்களை
விற்பனைக்கு வைத்திருந்தான் அய்யாசாமி
அந்த ஓர் ஓவியத்திற்கு மட்டும்
அதிக விலை சொன்னான்.
காரணம் கேட்டார்கள் பலரும்.
"மூக்கைக் குறைத்து
காதை நீட்டியிருக்கிறேன்"

மூக்கு என்பது
வாசனையை மோர்ந்தால் மட்டும்
போதுமானது

47. ஒன்றே போதும்

சுற்றுலா போன இடத்தில் படகில்
சவாரி செய்யும் வாய்ப்பு.
மூன்று மணி நேரம் போனதே
தெரியவில்லை, அய்யாசாமிக்கு,
இறங்கி வரும்போது சிரித்துக்கொண்டே வந்தான்.
படகு சவாரிக்கு வராமல் கரையிலேயே நின்று
கொண்டிருந்த அவன் நண்பன் கேட்டான்.
"எப்படி இருந்தது?"
"மிகுந்த மகிழ்ச்சியாய் இருந்தது"
"என்னென்னவெல்லாம் பார்த்தாய்?"
"தண்ணீரை மட்டும்தான்"
"வெறும் தண்ணீரை மட்டுந்தானா?"
"ஆமாம்"
"வெறும் தண்ணீரையே
மூன்று மணி நேரம் பார்ப்பது எப்படி
மகிழ்ச்சியாகும்?"

தண்ணீரே ஆச்சரியம் தான்
அதிசயம் தான்.

48. முன்னெச்சரிக்கை

அய்யாசாமி, ஒரே வண்ணத்தில் இரண்டு குடைகளை வைத்திருக்கிறான்.
ஒன்று மழையில் பிடித்துக்கொண்டு போக;
மற்றொன்று வெயிலில் பிடித்துக்கொண்டு போக,
அவன் நண்பன் கேட்டான்.
"ஒரே குடையை மழைக்கும் வெயிலுக்கும்
பிடித்துக்கொண்டு போனால் என்ன?
அய்யாசாமி சொன்னான்.
"வெயிலில் பிடிக்கிற குடைக்கு மழை ஆகாது;
மழையில் பிடிக்கிற குடைக்கு வெயில் ஆகாது,
அதான் தனித்தனி குடையாக வைத்திருக்கிறேன்."
"சரி இரண்டுமே ஒரே வண்ணத்தில் தானே
இருக்கின்றன. எது மழைக்கான குடை?
எது வெயிலுக்கான குடைன்னு
எப்படிக் கண்டு பிடிப்பாய்?
"இதில் என்ன குழப்பம்?
நான் வெயிலில் எடுத்துக் கொண்டு போகிற

குடைதான்,
வெயிலுக்கானது.
நான் மழையில் பிடித்துக்கொண்டு போகிற குடைதான்
மழைக்கானது''

வாத்து என்பது
வாத்தாய் இருப்பது

49. காலமாற்றம்

தாத்தா கதை சொல்ல
தொடங்கினார்.
''ஒரு ஊர்ல ஒரு ராசா''
அய்யாசாமி இடைமறித்தான்
''நிறுத்துத் தாத்தா!''
''ஒரு ஊருக்கு இருக்கிறவங்கல்லாம் ராசா இல்ல;
அவருக்குப் பேரு
பஞ்சாயத்துத் தலைவரு.''
சரி என்று சொல்லிவிட்டு தாத்தா தொடர்ந்தார்.
''ஆடு ஒரு பிராணி;
கோழி ஒரு பிராணி;
மாடு ஒரு பிராணி;''
மீண்டும் அய்யாசாமி இடைமறித்து விட்டுச்
சொன்னான்.
''அய்யய்யோ! தாத்தா!
தப்பு தப்பா சொல்றீங்க.
அதெல்லாம் பிராணி இல்ல பிரியாணி.''

அறிவியல் வளர்ந்ததால்
இதயம் சுருங்குதோ?

50. காலக்கெடு

மரணம் வந்து நின்னுகிட்டு
அய்யாசாமியக் கூப்புடுது.
''சீக்கிரம் வா''
எங் கடைசி உயில
எழுதி வச்சுட்டு வரேன்னு போனவன்,
நான் இறந்ததும்
என் நாயைக் கொன்றுவிடுங்கள் என
எழுதியதோடு,
நெஞ்சு வலி மாத்திரையையும்
தூக்கி எறிந்துவிட்டுச் சொன்னான்.
''சரி! வா போகலாம்''

வாழ்வு ஒரு முட்டைக்கோஸ்
சாவு ஒரு மாட்டுச் சாணி

51. குறட்டை

பள்ளிக்கூடம் விட்டு வீட்டுக்கு வந்தவங்கிட்ட
அவங்க அம்மா கேக்கறாங்க
"இன்னைக்கு வகுப்புல
என்ன கண்ணு கத்துக்கிட்ட?"
அய்யாசாமி சொல்றான்
"நன் கத்துக்கலாம்னுதான் ஒக்காந்து இருந்தேன்,
அந்த டீச்சரு பேசிகிட்டே இருந்தாங்களா
அதானல் எதுவும் கத்துக்கலம்மா"

பள்ளிக்கூடங்கள்
அறிவாளிகளை உருவாக்குவதில்லை.

52. வழக்கு

மரணத்தீர்ப்பைப் பெற்றுக் கொண்ட போராளி சத்தமாகக் கத்தினான்.
"என்னிடமிருந்து நீங்கள் பிடிங்கிக் கொண்டது சில ஆண்டுகளைத்தான் வேறொன்றுமில்லை"

உலகம் கலகம்
கலகம் உலகம்

53. பொய்யுலகம்

நீதிமன்ற வளாகத்திற்கு
வெளியே நிற்கும் அய்யாசாமி
கத்திக் கொண்டிருக்கிறான் இப்படி.
''கண்ணால் கண்டதும் பொய்!
காதால் கேட்டதும் பொய்;
தீர விசாரிப்பதும் பொய்''

உண்மையை நம்பு
பொய்யைக் கண்டுபிடி

54. வலிமையானது

முயல் வேட்டைக்குப் போனான் அய்யாசாமி.
முயல் எதையும் காணோம்.
ஆணால் ஒரு மான் அருகில் வந்தது;
மான் வேட்டைக்கு வரவில்லையென்று
சுட மறுத்துவிட்டான்.
மறுநாள் மான் வேட்டைக்குப் போனான்;
மான் எதையும் காணோம்.
ஆனால் ஒரு முயல் அருகில் வந்தது;
சுட்டுத் தள்ளினான் முயலை.
முயல் புலம்பிக்கொண்டே இறந்தது
''முயல் வேட்டைக்கு வராதவன்
எப்படி என்னைச் சுடலாம்?''

நீ நாயென்றால்
விரட்டுகிற வேலையைப் பார்
முயல் என்றால்
தப்பிக்கிற வழியைப்பார்

55. பின்னொட்டு

அய்யாசாமியும் அவன் நண்பனும்
ஒண்ணா ஒக்காந்துருக்காங்க.
எதிரே இருக்கிற டேபிள்ல
மது பாட்டில் இருக்கு,
நண்பன் சொன்னான்,
''ஐய்யய்யோ!
இது ரொம்ப கெட்டது
இத நான் தொட மாட்டேன்.''
அய்யாசாமி சொன்னான்.
''ஆமாம், ஆமாம்''
இது ரொம்ப கெட்டது
''இது இங்கியே இருந்தா
பல பேரக் கெடுத்துடும்''
பாட்டிலை எடுத்து
மடக் மடக்-ன்னு
குடிச்சு முடிச்சுட்டான்.

கெட்டதை நியாயப்படுத்தவும்
பழமொழிகள் இருக்கின்றன

56. புரிதல்

பசியோடு இருக்கும் அய்யாசாமி
நிலவைப் பார்த்துவிட்டு
எழுதினான்.
"சுட்டு வைத்த ஆப்பம்"

பசியோடு இருப்பவனுக்கு
ரொட்டிதான் கடவுள்

57. குழந்தைத்தனம்

மழை என்று சொல்லி
விடுமுறை விட்டு விட்டார்கள்.
வீட்டிற்கு வந்த அய்யாசாமி
அம்மாவிடம் புலம்புகிறான்.
"அதான் லீவு சொல்லிவிட்டாங்களே
அப்புறம் ஏன் மழை பொழியுது?"

குழந்தையாக மாறாதவர்களை விளையாட்டில்
சேர்த்துக்கொள்ள மாட்டார்கள் குழந்தைகள்

58. சீட்டாட்டம்

நாயை விற்க வந்த அய்யாசமி,
என் நாய்க்கு இரண்டு மொழிகள் தெரியுமென்றான்.
"எங்க பேசச் சொல்?"
"லொள், லொள், லொள்"
"இது என்ன மொழி?"
"அதன் தாய் மொழி"
"சரி இன்னொரு மொழி?"
"மீயாவ்"
வாங்க வந்தவன் கேட்டான்
"இத நீதான் பேசுற, அது பேசுலியே."
அதுக்கு,
"நாய் எனக்குப் பர்மிஷன் குடுத்துருக்கு."

விற்கிறவன் தள்ளிவிடப் பார்க்கிறான்,
வாங்குகிறவன் பிடுங்கிக் கொள்ளப்பார்க்கிறான்.

59. விலகல்

வயிற்று வலி,
காய்ச்சல்,
அக்காவிற்குத் திருமணம்,
பாட்டி சாவு,
எல்லாவற்றையும் சொல்லியாயிற்று
இனி
சொல்வதற்கு ஒன்றுமில்லை.
அய்யாசாமி வீட்டில் சொல்லி விட்டான்.
''அந்த வாத்தியார் அடிக்கிறாரு
பள்ளிக்கூடம் போகமாட்டேன்''

மழையை வெறுக்கிறவன்
அறுவடையை வெறுக்கிறான்

.அமலநாயகம்

60. பொம்மலாட்டம்

எளிமையை நோக்கி
எளிமையை நோக்கின்னு
சிக்கலாகிப் போச்சு வாழ்க்கை,
இனிமே இருக்க மாட்டேன்,
செத்துப் போகிறேன் என்று
ஆற்றில் குதித்தான், அய்யாசாமி.
சாக முடியவில்லை,
நீச்சல் தெரியும் அவனுக்கு.

கற்ற வித்தை
காப்பாற்றும்

61. சாதனை

நல்லெண்ண அடிப்படையில்

ஓர் ஓட்டப்பந்தயத்தை

இளைஞர்கள் ஏற்பாடு செய்திருந்தனர்.

அய்யாசாமியும் அதில் கலந்து கொண்டான்.

முதல் இடத்தைப் பிடித்தான் ஒருவன்

இரண்டாம் இடத்தைப் பிடித்தான் இன்னொருவன்.

மூன்றாம் இடத்தைப் பிடித்தான் மற்றொருவன்.

எந்த இடத்தையும் பிடிக்க முடியவில்லை

அய்யாசாமியால்,

அவனைப் பார்த்து ஒரு நண்பன் கேட்டான்.

''போட்டியில் கலந்து கொண்டும்

ஒரு பரிசும் கிடைக்கவில்லையே

வருத்தமில்லையா உனக்கு?''

''இல்லை, இல்லவே இல்லை.

முதல் பரிசு வாங்கியவன்

முதல் இடத்தில் வர முடியுமென்பதை

நிருபித்திருக்கிறான்.

இரண்டாம் பரிசு வாங்கியவன்
இரண்டாம் இடத்தில் வர முடியுமென்பதை
நிருபித்திருக்கிறான்.
நானும் என்னால் ஓட முடியுமென்பதை
நிருபித்திருக்கிறேன்.''

அவரவர் உயரம்
அவரவருக்குச் சாதனையே

62. கொம்பன்

"எங்கப்பா போற?"
"சிதம்பரம் போறேங்க"
"சிதம்பரத்திற்குத் தெற்குப் பக்கமாதான போகணும்.
நீ வடக்குப் பக்கமா போறியே,
திசை மாறிப் போறேன்னு யாருமே ஒனக்குச் சொல்லலியா?"
"பாதி தூரம் வந்தபிறகுதான் சொன்னாங்க"
"சொன்ன பிறகும் ஏன் அதே திசையில நடக்குற?"
"ரொம்ப தூரம் வந்துட்டேன். எப்படிங்க திரும்பறது?"

தவறான பாதையில்
எவ்வளவு தூரம் சென்றிருந்தாலும்
உடனே திரும்பு.

63. சோகம்

வீடு கட்டி முடித்த அய்யாசாமியின்
வாழ்க்கை
பத்து வருடமாக
இப்படியாக ஓடிக்கொண்டிருக்கிறது

‘‘வீடு கட்டி முடிஞ்சுது
கடன் கட்டி முடியல’’

வீடு விடுபடுவதற்கானது
சிறைபடுவதற்கு அல்ல.

64. யார் உடைத்தது?

விடுதியில் உணவருந்தும் இருக்கைகள்

சிமெண்ட் கட்டைகளால் அமைக்கப்பட்டிருக்கும்.

ஒரு நாள் விடுதியை ஆய்வு செய்ய அதிகாரி ஒருவர் வந்தார்.

எல்லா மாணவர்களும் சாப்பிடுவதற்காக நின்று

கொண்டிருந்தார்கள்.

சிமெண்ட் கட்டை ஒன்று உடைந்திருப்பதைக் கண்ட காப்பாளர்,

''கட்டையை உடைத்தது யார் என்று சொல்லாதவரை நீங்கள் இப்படியே நின்று கொண்டிருங்கள். சாப்பிடக்கூடாது''

பத்து, இருபது என நிமிடங்கள் கடந்து அரைமணி நேரமாயிற்று. யாரும் வாய்திறக்காமல் நின்று கொண்டிருந்தார்கள்.விடுதியில் போடும் இட்டிலியைப் பிடிக்காத அய்யாசாமி தன் கையைத் தூக்கினான்.எல்லாரும் அவனையே பார்த்துக் கொண்டிருக்க.

''சார், காலையில் போட்ட இட்டிலியில ஒண்ணு, தட்டுலேர்ந்து தவறி கட்டையில விழுந்துட்டுது. அதனாலதான் கட்டை ஒடஞ்சிட்டுது''

மாணவர்கள் எல்லாரும் சிரிக்க, முகத்தில் ஈயாடாமல் நின்று கொண்டிருந்தார் காப்பாளர்.நிலமையைப் புரிந்து கொண்டார் ஆய்வு செய்ய வந்த அதிகாரி.

வலிக்காமல் அடி.

65. வட்டம்

விஷம் குடித்துச் சாகப் போன அய்யாசாமியைக்
கடைசி முயற்சியில்
காப்பாற்றி விட்டனர்.
நினைவு திரும்பியவன்,
சுற்றும் முற்றும் பார்த்துவிட்டு,
''சொர்க்கம் என்ன
அப்படியே
பூமி போலவே இருக்கிறது''

ஆடுகள்
எந்த மேச்சல் நிலத்திற்குச் சென்றாலும்
ஒட்டகங்களாக வளர்வதில்லை

66. நூல்கண்டு

வேகமாய்ச் செல்லும் பேருந்தில் பயணம் போகும் அய்யாசாமி
புலம்பிக் கொண்டே வருகிறான்.
"அய்யோ! ஊர் போகுதே, ஊர் போகுதே!"
"அய்யோ!குளம் போகுதே, குளம் போகுதே!"
"அய்யோ!பாலம் போகுதே, பாலம் போகுதே!"
"டேய், மடையா, இப்ப எறங்குனவன் உன் பைய எடுத்துக்கிட்டுப் போறாண்டா"
"அய்யோ!பை போகுதே, பை போகுதே!"

இங்கே இருந்து பார்த்தால்
அங்கே இருப்பது தெரியும்
அங்கே போய்ப் பார்த்தால்
அதற்கு அப்பால் இருப்பது தெரியும்.

67. வெப்பமானி

வரவேற்பறையில் வைப்பதற்கு
நாய் பொம்மை வேண்டுமென்று
அடம்பிடித்த அய்யாசாமி,
வாசலுக்கு வந்த
தெரு நாயைப் பார்த்து விட்டு
வேகமாக வெளியே ஓடி வருகிறான்.
"கல் எறிவதற்கு"

நாய் விரும்பிகள் எல்லாம்
உயிர் நேசர்கள் அல்ல

68. பரமபதம்

அய்யாசாமி சொன்னான் ஒரு பத்திரிக்கை

ஆசிரியரிடம்,

''உங்கள் பத்திரிக்கைக்கு ஏழு கதைகளை

அனுப்பி விட்டேன்.

ஒன்றைக்கூட பிரசுரிக்கவில்லை''

''சரி''

''இன்னும் ஏழு கதைகளை அனுப்புவேன்.

அதில் ஒன்றையாவது பிரசுரித்துவிட வேண்டும்.''

''இல்லாவிட்டால்''

''இன்னும் ஏழு கதைகளை அனுப்புவேன். அதில்

ஒன்றையாவதுமமம''

ஒன்றுமில்லாதவனும்

கைகளை மூடி வைத்திருப்பான்.

69. ரசிகன்

மழையில் விளையாடிக் கொண்டிருக்கும் அய்யாசாமி இறைவனிடம் வேண்டினான் இப்படி.

"இறைவா! இன்னும் கொஞ்ச நேரத்திற்கு
மழை பொழியட்டும்;
அம்மா என்னைப் பார்த்துவிடாமல்
பார்த்துக்கொள்."

புத்தகங்களை விடவும்
புரிந்து கொள்வதற்கு
ஏராளமாய் இருக்கின்றன.

70. பாடம்

அய்யாசாமி பார்க்கிறவர்களிடம் எல்லாம் சொல்வது.
"அடிக்கடி என்னை உதாரணம் சொல்லித்தான் எங்க வாத்தியார்,
பசங்களுக்குப் பாடம் நடத்துறாராம்."
"அப்படி என்ன சொல்லுவாரு?"
"ஒழுங்கா படிக்கலன்னா, அய்யாசாமி மாதிரி
மூட்டதான் தூக்கணும்."

கஷ்டப்படாமல் வாழ
இஷ்டப்பட்டுக் கஷ்டப்படு

71. சகோதரத்துவம்

குருவிடம் கேட்டான் அய்யாசாமி
"என் எதிரியை நான் எப்படி அழிப்பது?"
"நண்பனாக்கி கொள்"
"எப்படி அவனை நண்பனாக்குவது?"
"நண்பனாய் இரு"

கால்களைக் குறுக்கிக் கொண்டால்
இன்னொருவரும் உட்காரலாம்.

72. சாப்பாடு

"நான் உணவு விஷயத்தில்
மிகுந்த கட்டுப்பாடுகளைக் கடைபிடிக்கிறவன்.
எந்தச் சூழலிலும் என் கட்டுப்பாடுகளை
மீற மாட்டேன்."
என்றான் அய்யாசாமி.
அவன் கூறுவதைக் கேட்டவர்,
"அப்படியா!நீங்கள் எப்பொழுதெல்லாம் சாப்பிடுவீர்கள்?"
"பசிக்கும்போது மட்டும் சாப்பிடுவேன்"
"எப்போதெல்லாம் பசிக்கும்?"
"சாப்பாட்டைப் பார்க்கும்போதெல்லாம் பசிக்கும்"

ஒரு சாண் வயிறு இல்லாட்ட
உலகத்தில் ஏது கலாட்டா.

73. யோக்கியன்

இரவு தன்
கத்தரித்தோட்டத்திற்குக்
காவலுக்குப் போன அய்யாசாமி,
காலையில் வீடு வந்து சேருகிறான்.
பக்கத்துத் தோட்டத்துப்
பாகற்காயுடன்.

*அகப்படாதவரை
யாரும் திருடனல்ல.*

74. கடவுள்

அய்யாசாமி கோவிலுக்குப் போனான்,
அங்கே ஒரு ஆசாமி அரைமணி நேரமாக
சத்தம்போட்டு வேண்டினான்.
பிராத்தனை முழுவதும்
தனக்கு அது வேண்டும் இது வேண்டும்.
அது நடந்தால் இதைத்தருகிறேன். இது நடந்தால்
அதைத் தருகிறேன்.
என்பதாகவே இருந்தது.
அவன் வேண்டி முடித்ததும் அய்யாசாமி வேண்டினான்.
"இறைவா, இவர் கேட்டதெல்லாம் எனக்கும்
நடக்கட்டும், அவர் சொன்னதெல்லாம் நானும் செய்கிறேன்".
இதைக் கேட்ட அந்த ஆசாமிக்குக் கோபம்
வந்துவிட்டது.
சத்தமாகச் சொன்னார்.
"இறைவா எனக்கு எதுவுமே வேண்டாம்"
அய்யாசாமி வேண்டினான்.
"அவருக்கு வேண்டாம் என்றால் அவரை
விட்டு விடுங்கள்.
எனக்கு மட்டும் நடக்கட்டும்".

கடவுளுக்கு வேலைதான் என்ன?

.அமலநாயகம்

75. விதைப்பு

அய்யாசாமி சொன்னான்,
தன் அப்பா அம்மாவிடம்.
"நான் படித்துக் கொண்டிருக்கிறேன்
அம்மா,
நீங்கள் சண்டை போடுவதையும்,
அப்பா, நீங்கள்
குடித்துவிட்டு வருவதையும்,
நீங்கள் ரெண்டு பேரும் கெட்ட வார்த்தைகளில்
திட்டிக் கொள்வதையும்".

தாய் போன பாதையில்தான்
குட்டியும் போகும்.

76. விடுபடுதல்

ஞானம் வேண்டி;
கைகளை நீட்டி,
பிராத்தித்துக் கொண்டிருந்தான் ஒருவன்.
கையில் ஒரு நாணயத்தைப்
போட்டுவிட்டுப் போனான்
அவ்வழியே வந்த அய்யாசாமி.

கையேந்துவதால்
ஞானம் கிடைப்பதில்லை!
அது உன்னைப்
பிச்சைக்காரனாக்கி விடுகிறது.

.அமலநாயகம்

77. பதிவேடு

அய்யாசாமி தன் மகனைப்
புதிதாய் ஒரு பள்ளிக்கூடத்தில் சேர்த்தார்.
முதல் நாள் முடிந்து வந்தவன்,
இந்தப் பையன் என்னோடு
சண்டையிடுகிறான் என்றான்.
மறுநாள் முடிந்து வந்து,
இன்னொருப் பையன்
தன்னோடு சண்டையிடுகிறான் என்றான்.
மூன்றாவது நாளும்,
வேறொரு பையன் பெயரைச் சொன்னான்.
நான்காவது நாளும்
சொல்ல ஆரம்பித்தான்.
அய்யாசாமி சொன்னார்;
"மற்றவர்கள் உன்னோடு
சண்டையிடவில்லை
நீதான் மற்றவர்களிடம்
சண்டையிடுகிறாய்"

மலைகளுக்கு நடுவே நின்று கொண்டு
ஆமாம் என்றால் ஆமாம்
இல்லையென்றால் இல்லைதான் கேட்கும்.

78. நறுக்கு

சுற்றுலா வந்த வெளிநாட்டவர்,
கேளி பேசினார்.
''இந்தியாவில்
பிச்சை எடுக்கிறவர்கள் அதிகம்''
அய்யாசாமி பதிலுரைத்தார்.
''இந்தியாவில்
பிச்சைப் போடுகிறவர்கள் அதிகம்''

பன்றிக்குள் இருக்கிற பன்றியைப் பார்க்காதே!
பூவிற்குள் இருக்கிற பூவைப்பார்.

79. கல்வி

ஒரு சனிக்கிழமை மிகவும் மகிழ்ச்சியாக இருந்தான் அய்யாசாமி.

ஏனென்று கேட்டதற்குச் சொன்னான்.

''நாளை ஞாயிற்றுக்கிழமை பள்ளி விடுமுறை.

அடுத்த நாள் ஞாயிறு விடிந்தது.

எழுந்தது முதலே சோகமானான் அய்யாசாமி.

''இன்று ஞாயிறு, விடுமுறை தானே பிறகு ஏன் சோகமாக இருக்கிறாய்?''

''நாளை திங்கட்கிழமை, பள்ளிக்கூடம்''

குழந்தைகளைப் படிக்கவில்லையோ புத்தகங்கள்?

80. யாருக்கு?

"சாமி! இந்தப்பணத்தை - நான் உண்டியலில் போடுவதைவிட ஊனமுற்ற அந்த வயோதிகனுக்குப் போடுவதைத்தானே இறைவன் விரும்புவார்?"
அய்யாசாமியின் கேள்விக்கு சாமியாரின் பதில்,
"இறைவன் விரும்புவான், ஆனால் நான் விரும்ப மாட்டேன்."

நாயைக் கட்டிப்போடுவதிலும்
அரசியல் இருக்கிறது
அவிழ்த்து விடுவதிலும்
அரசியல் இருக்கிறது.

81. மகரந்தம்

ஒருவன் கேட்டான்
"நீங்கள் ஏன் மரத்தைப் பற்றியே
நினைத்துக் கொண்டிருக்கிறீர்கள்?"
அய்யாசாமி திருப்பிக் கேட்டான்
"நீங்கள் ஏன் மரத்தைப் பற்றியே
நினைக்காமல் இருக்கிறீர்கள்?"
திடீரென மரத்தின் மீது ஏறிய
அய்யாசாமி
மரத்தின் கிளையில் - இப்படி ஒரு
விளம்பரத்தைத் தொங்கவிட்டான்.
'என்னை மரமாகப் பார்க்காதே;
மழையாகப் பார்.
முட்களாகப் பார்க்காதே;
பூக்களாகப் பார்.
உலக்கையாகப் பார்க்காதே;
உயிராகப் பார்.
வனமாகப் பார்; விறகாக அல்ல.'

மனிதர்கள் இல்லாமல்
மரங்கள் வாழ முடியும்;
மரங்கள் இல்லாமல்
மனிதர்கள் வாழ முடியுமா?

82. புளிப்பு

தொடர்வண்டி பயணத்தின்போது அய்யாசாமிக்குப் பக்கத்தில் இருந்தவர், புளிப்புத் திராட்சையைத் தின்று கொண்டிருந்தார்.
அவர் சாப்பிடுவது புளிப்பான திராட்சை என்பதை அவரது முகபாவனேயே உணர்த்தியது.
அவரிடம் பேச்சுக் கொடுத்தார் அய்யாசாமி.
"எனக்குப் புளிப்புத் திராட்சைன்னா ரொம்ப இஷ்டம்"
"அப்படிங்களா, இவை புளிப்பு திராட்சையல்ல, நன்றாக இனிப்பவை"
இதைக் கேட்ட அய்யாசாமி,
"பிடிக்கா விட்டாலும், நான் இனிப்புத் திராட்சையும் சாப்பிடுவேன்."

மானம்தான் பெரிது
ஆசை அதைவிடப் பெரிது

83. ருசி

சுனாமியால்
பாதிக்கப்பட்டவர்களுக்குப்
பல்வேறு நிவாரணம் வழங்கி,
வீடு கட்டிக் கொடுத்து,
படகுக்கும் நிதி உதவி செய்த
தொண்டு நிறுவனத்தின் தலைவர்
நிறைவு விழாவில் கேட்கிறார்.
''இன்னும் உங்களுக்கு
என்ன வேண்டும்?''
அய்யாசாமி சொன்னான்.
''இன்னொரு சுனாமி''

முட்டையின் ருசி கண்டவன்
கோழி ரசத்துக்கும் ஆசை படுவான்.

84. பொருத்தம்

குழந்தைக்குப் பிடிக்கிற
பொம்மை
வாங்கப் போன அய்யாசாமி
கடைக்கடையாய்
ஏறி இறங்குகிறான்
குழந்தையைப் பிடிக்கிற
பொம்மையாய்த் தேடி.

குதிரைக்கேற்ற ஆளைத் தேடு; இல்லை,
ஆளுக்கேற்ற குதிரையைத் தேடு.

85. தரிசு

"நல்லவங்க எப்படி இருப்பாங்க?"
"என்னைய மாதிரி இருப்பாங்க"
"கெட்டவங்க?"
"என் எதிர்வீட்டுக்காரன் மாதிரி இருப்பாங்க"
"உன் எதிர் வீட்டுக்காரனக் கேட்டா
அப்படியே மாத்தி சொல்றானே"
அய்யாசாமி சொல்றாரு.
"அதான் நான் சொல்லல
அவன் கெட்டவன்னு"

வாயில்லாதவன்
ஒருவனுமில்லை

86. மழுப்பல்

தன் நண்பன்
சிக்னலில் நிறுத்தாமல் வந்தானென்று,
போலிஸ் துரத்தியதையும்,
நண்பன் பயந்து போய்,
சாக்கடையில் விழுந்ததையும்,
சேற்று நாற்றத்தோடு வீடு வந்ததையும்
சொல்லிச் சொல்லி சிரித்தான் அய்யாசாமி.
ஒருவன் கேட்டான்,
"நீயும் அவனோடு விழுந்தாயாமே"
சிறிது நேர மௌனத்திற்குப் பிறகு
அய்யாசாமி சொன்னான்,
"ஆமாம்."
"அதை ஏன் நீ சொல்லல?"
"அதை என் நண்பன்
அவன் நண்பர்களிடம்
சொல்லிச் சிரிப்பான்"

எதையும் முடிச்சுப் போடாதே
எதையும் அவிழ்த்து விடாதே

87. தாய்மை

தாய், சிறுவனைக்
கொஞ்சுகிறாள்
"என் செல்லம் இல்ல;
கண்ணு இல்ல;
சமத்தா இந்தச் சோத்தச்
சாப்புட்டுடு கண்ணு."
சிறுவன் அய்யாசாமி கேட்கிறான்.
"சாப்புடலன்னா?,"
"அம்மா நானே சாப்புட்டுடுவேன்"
"இல்லம்மா, நானும் சாப்பிட மாட்டேன்,
உன்னாலும் சாப்பிட முடியாது
ஏன்னா, உனக்குத் தெரியும்
நான் பசியோட இருக்கேன்னு."

அளவுக்கு மீறிய பாசம்தான்
அம்மாக்களின் இயலாமை

88. பட்டறிவு

தெருவில் போய்க் கொண்டிருந்தவனைப் பார்த்து
அய்யாசாமி திட்டினான் இப்படி.
''டேய் தடிமாடு, தண்டச்சோறு,
எதுக்குடா நீயெல்லாம்
உசுரோட உலகத்துல நடமாடுற?''
கேட்டவனுக்குக் கோபம் தாங்கல,
கிட்ட வந்து அய்யாசாமிய நையப் புடைச்சுட்டான்.

''நன்றிங்க நன்றிங்க'' - அய்யாசாமி.
என்ன திமிறா? அடிக்கிறன் நன்றிங்கற?''
''இல்லிங்கய்யா, நேத்து ஒருத்தன்
இதே மாதிரி என்னையத் திட்டிட்டான்.
அவனுக்கு எனன தண்டன குடுக்கலாம்னு
தெரியாம இருந்தேன்.
இப்ப ஒங்கிட்டே இருந்து தெரிஞ்சுக்கிட்டேன்.
அதான், நன்றி சொன்னேன்.''

பின் வாங்கவில்லை
வேறொரு திசையில்
முன்னேறிக் கொண்டிருக்கிறேன்.

89. அறிவுரை

தன் மரணப்படுக்கையில் கிடந்த அய்யாசாமி,
தன் மகனுக்கு ஏதாவதொரு அறிவுரை
வழங்க வேண்டுமென்று நினைத்து அருகில்
அழைத்துக் காதோடு ஏதோ கிசு கிசுத்தார்.
அவரது மகனும், அவர் சொன்னதைக்கேட்டு,
சிரித்தபடி தலையாட்டிவிட்டு வந்தார்.
உன் தந்தை அப்படி என்ன அறிவுரையைக்
கூறினார் என அங்கிருந்தவர்கள் கேட்க,
மகன் சொன்னான்.
"கோழியின் பின்னாலிருந்து வருவதெல்லாம்
முட்டையென்று எண்ணிவிடாதே"

பூனைகள் குரைப்பதில்லை
நாய்கள் முட்டையிடுவதில்லை

90. கட்டுப்பாடு

வரிசையில் போ,
முன்ன பாரு, திரும்பாத,
வேகமா நட,
வேடிக்கை பாக்காத,
அங்க என்ன சிரிப்பு?
பேசாதடா,
வாயமூடு,
அய்யாசாமி முணுமுணுத்துக் கொண்டே நடக்கிறான்.
"வந்திருக்கவே கூடாது - இந்த
வாத்தியார நம்பி
சுற்றுலாவுக்கு"

விளக்கைத்தொடாத குழந்தை
சூட்டை அறியாது

91. சறுக்கல்

அம்மா சொல்லிக்கொண்டிருந்தாள்.
''இன்று
உன் பாட்டியும் தாத்தாவும்
ஊரிலிருந்து வருகிறார்கள்.''
அய்யாசாமி கேட்டான்.
''எப்பம்மா
அவங்க திரும்பிப் போவாங்க?''

குழந்தைகள் பேசுவதெல்லாம்
குழந்தைகள் பேசுவதல்ல.

92. இழப்பு

மின்சாரக் கம்பத்தைத்
தடியால் அடித்துக் கொண்டிருக்கிறான்
அய்யாசாமி.

"நிழல் கொடு - இல்லை
என் மரத்தைக் கொடு
பாடலைக் கொடு - இல்லை
என் பறவையைக் கொடு"

இரண்டாவது இல்லாமல்
முதலாவது இல்லை

93. மனப்பாங்கு

"நீங்கள் அவ்வளவு பெரிய எதிரியல்ல;
நான் அவ்வளவு பெரிய விரோதியல்ல;
நமக்குள் நடந்தது அவ்வளவு பெரிய சண்டையல்ல;
நமக்குள் ஏற்பட்டது அவ்வளவு பெரிய பிரிவுமல்ல;
நாம் அண்டை வீட்டுக்காரர்கள்
என் மகளுக்குத் திருமண நிச்சயதார்த்தம்
குடும்பத்தோடு வரவேண்டும்''
அய்யாசாமி நீட்டிய பத்திரிக்கையைப்
பணிவோடு பெற்றுக் கொண்டார்கள் அவர்களும்,

சமாதானத்திற்கு வருகிறவனிடம் - உன்னால்
சண்டையிட முடியாது

94. முடிச்சு

அய்யாசாமி பசியோடு தியானம் செய்ய ஆரம்பித்தான்,
அவனுக்குப் பசியின் ஞாபகம் வருகிறதே தவிர,
தியானிக்கும் எண்ணம் வரவில்லை.
சரி சாப்பிட்டுவிட்டுத் தியானிக்கலாமென்று,
நன்றாகச் சாப்பிட்டு அமர்ந்தான்.
தான் சாப்பிட்ட உணவைப் பற்றியும்,
சுவையைப்பற்றியும், மருத்துவக் குணங்களைப் பற்றியும்
சிந்தனை ஓடுகிறதே தவிர,
தியானிக்க முடியவில்லை,
பசித்திருப்பதா? புசித்திருப்பதா?
புரியாமல் போயிற்று அவனுக்கு.

தியானம் ரொம்ப ஆழமானது, ஏனெனில்
நமக்கு அது ஒன்றும் புரிவதில்லை.

95. அதற்காகத் தான்

நவாநாகரிக உடையணிந்த ஒரு பெண் அய்யாசாமியின் ஊருக்குப் பேருந்தில் வந்திறங்கினாள்.அவள் செல்ல வேண்டிய வீட்டிற்குச் சிறிது தூரம் நடந்து செல்ல வேண்டும்.இரண்டு பெரிய பெரிய பேக்குகளையும் ஒரு கைப்பையையும் மாட்டிக்கொண்டு நடக்க முடியாமல் தடுமாறினாள். இதில் குடை பிடித்து வர மறக்கவில்லை.அவள் வந்த பேருந்திலிருந்து இறங்கி நடந்து கொண்டிருந்த அய்யாசாமியிடம் ஒரு பேக்கை சுமந்து வர முடியுமா எனக் கேட்டாள்.

மறுப்பு ஏதும் சொல்லாமல் ஒரு பேக்கை சுமந்து கொண்டு சாதாரணமாக நடந்தான் அய்யாசாமி.இன்னொரு பேக்கையும் கொடுத்தாள். அதையும் அய்யாசாமி தோளில் மாட்டிக் கொண்டான்.குடை பிடித்து நடப்பதற்குக் கைப்பை இடஞ்சலாக இருக்கிறதென்று அதையும் அய்யாசாமியிடம் கொடுத்துவிட்டு மிடுக்கோடு நடந்தாள் அந்தப் பெண்.அதைப் பார்த்த அய்யாசாமி அந்தக் குடையைக் கொடுங்கள் என்று பிடிங்கிக் கொண்டு சொன்னான்.

''எனக்காக அல்ல, உங்கள் பொருட்களுக்கு வெயில் படக்கூடாது என்பதற்காகத்தான்.''

அதிகாரம் ஏன்பது சுமை

அது அடுத்தவன் முதுகில்தான் பயணிக்கும்'

96. குத்துவாள்

நீண்ட வாக்குவாதத்திற்குப் பிறகு - தன் மனைவியிடம் கூறினான் அய்யாசாமி.

"நான் செஞ்சதும் சரி
நீ செஞ்சதும் சரி
ஆனா,
நான் செஞ்சது
கொஞ்சம் கூடுதல் சரி
என்ன சரியா?"

புலியின் நகம்
விரலுக்குள் இருக்கும்

97. சூடு

"உன்னை நான் திருமணம் செய்து கொள்ள விரும்புகிறேன்"
"ஏன்"
"நீ என்னைவிட அழகாய் இருக்கிறாய்"
"பிறகு?"
"என்னைவிடத் திறமைசாலி நீ"
"இன்னும் ஏதாவது?"
"என்னைவிட பணபலம் அதிகம்"
"சரி என் விருப்பத்தைக் கேளுங்கள், நான் வேறு ஒருவரை
திருமணம் செய்து
கொள்ள விரும்புகிறேன்."
"யாரை?"
"என்னைவிட அழகான, அதிகம் படித்த, அறிவான, பணக்காரரை"

நமக்குள் ஆசையை விதைத்தவன்
எல்லாரிடமும்தான் அதை விதைத்திருக்கிறான்.

98. போலித்தனம்

தன் நாய்க்கு
மினிஸ் என்றொரு பெயர்,
இன்டர் நெட்டில் பார்த்து வைத்தான்.
கிரேக்க மொழியில்
பெருங்கோபம் என்று அர்த்தம்.
இலியட் இதிகாசத்தின்
முதல் வார்த்தையே இதுதான்.
அக்கிலஸின் கோபம்தான்
இலியட் காவியம்.
அய்யாசாமியின்
வருத்தமெல்லாம் இதுதான்
"இதெல்லாம் எனக்குத் தெரிகிறது
என் நாய்க்குத் தெரியுமான்னு தெரியலியே"

பசியோடு இருக்கிறவர்கள் மத்தியில்தான்
பீசாவை எறிகிறவர்களும் இருக்கிறார்கள்.

99. விளக்கம்

நான் சாகப்போறேன்
இனிமே உசுரோட இருக்க மாட்டேன்னு
கயிறைக் கையில் எடுத்துக்கிட்டு
ஓட்டமா ஓடுறான் வடிவேலு.
யார் யாரோ,
தடுத்துப் பாத்தாங்க முடியல
எதுத்தாப்புல வந்த அய்யாசாமி
மடக்கிக்கிட்டாரு.
''எதுக்குடா சாகப்போற?''
''அர்த்தம் இல்லாத வாழ்வு எதுக்கு
அதான் சாகப்போறன்.''
செவுள்ல ஒண்ணு வுட்டு,
திருப்பிக் கேட்டாரு அய்யாசாமி.
''வாழறதுக்கு அர்த்தம் கேக்கிறியே,
சாகறத்துக்கு ஒரு அர்த்தம்
சொல்லிட்டுப் போடா மொதல்ல''

முட்டாள்தனமாக யோசிப்பதற்கு
அதிக நேரம் தேவைப்படாது

100. தடுமாற்றம்

ஒரு கடையில் தொங்கிக் கொண்டிருந்த
பொம்மையைப் பாத்துக் கொண்டே போனான்
அய்யாசாமி.
திடீரென ஒருவன் அந்தப் பொம்மையை
எடுத்துக் கொண்டு ஓடினான்.
கடைக்காரன் தவறுதலாக அய்யாசாமிதான்
திருடினான் என்று
சொல்ல, பலரும் அவனைப்பிடித்து அடித்தார்கள்.
அய்யாசாமியும் என்னை மன்னித்து விடுங்கள்.
என்னை மன்னித்துவிடுங்கள் என்று மன்றாடினான்.
அதற்குள் உண்மையான திருடனை
ஒருவர் பிடித்துக் கொண்டு வந்து விட்டார்.
ஒருவன் அய்யாசாமியைக் கேட்டான்,
"நீ தான் திருடவில்லையே,
பிறகு ஏன் மன்னித்துவிடுங்கள்,
மன்னித்துவிடுங்கள் என்று கத்தினாய்?"
"நான் அதை திருடவில்லையென்றாலும்,
அதை திருட வேண்டுமென்ற ஆசை
எனக்கும் இருந்தது."

நேர்மையாக இருப்பது
பைத்தியக்காரத்தனமானது

101. விடுதலை

காலையில் குடி
பகல்ல குடி
இராத்திரியில குடின்னு
எப்பவும் குடிச்சுகிட்டிருந்தான் அய்யாசாமி,
என்ன நடந்ததோ, ஏது நடந்ததோ,
தெரியில,
திடிர்னு குடிய நிறுத்திட்டான்.
ஆச்சர்யப்பட்டுக் கேக்கறாங்க
எல்லாரும்,
"என்ன காரணம்?"
அய்யாசாமி சொன்னான்
"காரணம் தேவையில்லை."

உலகத்தில் எதுவும்
சுலபமில்லை
எதுவும் முடியாததுமில்லை

102. பாமரன்

அய்யாசாமி ஒருவனிடம் நூறு ரூபாய் கடன்
கொடுத்திருந்தான்.
கடன் வாங்கியவனோ ஓர் அடாவடி பேர்வழி.
பல மாதங்கள் ஆகியும் கடனைத் திருப்பித் தராததால்,
நூறு ரூபாயை வாங்கிக் கொண்டுதான் வீட்டிற்கு வர
வேண்டுமென்று கண்டித்து அனுப்பினாள் அவன் மனைவி.
கடனை மீட்டு வரப்போன அய்யாசாமி
அரை மணி நேரத்தில் பணத்துடன் வந்தான்.
மனைவி கேட்டாள்.

"என்ன சொல்லி பணம் வாங்கினீர்கள்?"
"நான் கொடுத்த கடனைக் கேட்டேன்.
அதற்கு அவன் இருநூறு ரூபாய் கடன் கொடுத்தால்
நூறு ரூபாய் கடனைத் திருப்பித் தருகிறேன் என்றான்.
அவன் தருகிறேன் என்று சொல்லும் போதே
வாங்கி விட வேண்டும்.
ஏமாந்துவிடக் கூடாது என்று,
இருநூறு கடன் கொடுத்து
நூறு ரூபாயைத் திருப்பி விட்டேன்."

மாற்றி யோசித்துவிட்டால்
மாற்றத்திற்கு யோசித்தாகி விடாது

.அமலநாயகம்

103. உறக்கம்

அய்யாசாமி குடை பிடித்துக்கொண்டே நடந்து போனான்.

மழையும் இல்லை, வெயிலும் இல்லை இவன் குடை பிடித்துப் போவது விநோதமாகப்பட்டது. எதிரில் வந்தவனுக்கு. அவன் கேட்டான்.

"எதற்காகக் குடைபிடித்துக் கொண்டு போகிறாய்?"

"மழைக்காகத்தான்"

"மழைதான் பெய்யவில்லையே!"

"மழை இப்போது பெய்யவில்லை, சரிதான் அதற்காக மழையே பெய்யாது என்று சொல்ல முடியுமா?"

புரிந்து கொள்ள முடியாது
முட்டாள்களையும் ஞானிகளையும்

104. சாபம்!!!

இலேசான புன்னகையோடு செய்தி வாசிப்பாளர் படித்தார்.
''ஆஸ்திரேலியாவிற்குத் தப்ப முயன்ற
இருநூறு தமிழ் அகதிகள்
நடுக்கடலில் மரணம்.''
இரவு விருந்தை உண்டு கொண்டே
கேட்டுக்கொண்டிருக்கிற அய்யாசாமி சொன்னான்.
''ஆந்திராவில் கூட நேற்று நூறு விவசாயிகள்
தற்கொலை செய்து கொண்டார்களாம்.''

ஒருவனது மரணம் என்பது
இன்னொருவனுக்கு வெறும் செய்தி

105. பிதாமகன்

அய்யாசாமி தம் பேரனுக்கு மரம் ஏற கற்றுக் கொடுக்கிறேன் என்று பனைமரத்தின் பக்கம் அழைத்துப் போனார்.

மரத்தின் அடியில் நின்று கொண்டு,

''இதோ பார்! காலையும் கையையும் வச்சு மேல ஏறு.''

''பயமா இருக்குத் தாத்தா''

''நான் பாத்துக்கறேன், பயப்படாத, கீழதான்
இருக்கேன். ஏறு''

பேரனும் கொஞ்சம் கொஞ்சமாக ஏற முற்பட்டான்.

''ஆம், அப்படித்தான், இன்னும் கொஞ்சம்தான்''

எப்படியோ ஏறி மரத்தின் உச்சிக்குப் போய் விட்டான்.

''தாத்தா இப்ப எப்படி எறங்கறது?''

''ஏறுன மாதிரி எறங்க வேண்டியதுதான்''

''விழுநிதிடுவேனே?''

''விழ மாட்டே, கீழ நான் இருக்கேன்.
நான் பாத்துக்கிறேன் இறங்கு''

மெது மெதுவாக இறங்கி வந்த பேரன் கேட்டான்.

''தாத்தா, நான் தான் ஏறுனேன், நான் தான் எறங்கினேன்.''
நீங்க எங்க மரம் ஏற கத்துக் குடுத்தீங்க?

''நான் பாத்துக்கறேன், நான் பாத்துக்கறேன்னு சொன்னனே,
அதாண்டா நான் கத்துக் குடுத்தது''

துணையாய் இருப்பதே
தூணாய் இருப்பது

106. தகவமைதல்

அய்யாசாமியும் அவளும்
பத்தாவது வரை ஒன்றாகப் படித்தவர்கள்,
பல ஆண்டுகளுக்குப்பிறகு சந்தித்துக்கொள்கிறார்கள்.
"நீங்க சாந்தி தான?"
"ஆமா நீங்க யாரு?"
"நான் அய்யாசாமி, ஒண்ணா படிச்சமே தெரியல?"
"மறந்து போச்சு"
"மறந்திருக்காது, நல்லா பேசக் கத்துக்கிட்ட."

தாம் திமிதிமி தந்தக் கோனாரே
தீம் திமிதிமி திந்தக் கோனாரே.

107. சலம்பல்

கப்பல் கவுந்த மாதிரி,
கன்னத்துல கைய வச்சுக்கிட்டு
அய்யாசாமி சோகமா உட்கார்ந்து இருக்கான்.
''என்ன நடந்து போச்சு?
ஏன் இம்மாம் சோகமா இருக்க?''
''மூட்டுவலி.''
''அதுக்கா இப்படி? தொண்ணூறு சதவீத ஜனங்க
மூட்டு வலியிலதான் கஷ்டப்படறாங்க''
''மூட்டு வலிக்குப் பதிலா நெஞ்சு வலி
வந்திருந்தா நல்லா இருக்கும்''
''எப்படி?''
''எங்கப்பாவுக்குன்னு வாங்குன நெஞ்சு வலி மாத்திரைங்க
வீணா போகுது''

நாம் யார் என்பதை - நம்
பேச்சே காட்டிக்கொடுத்துவிடும்

108. போட்டி

அய்யாசாமிக்கும் அவர் மனைவிக்கும்
வாக்குவாதம் ஏற்பட்டு, கடைசியில் அதுவொரு
சின்ன சண்டை அளவுக்கு வளர்ந்து விட்டது.
இரண்டு பேருக்கும் நீயா, நானா என்கிற ஈகோ.
இருவருமே ஒருவர் மற்றவரிடம்
பேசாமல் ஒரு நாள் ஓடிவிட்டது.
அவள் வந்து பேசட்டும் என்று அய்யாசாமியும்,
அய்யாசாமி வந்து பேசட்டும் என்று அவளும்
வீராப்போடு அடுத்த நாளையும் கடத்தி விட்டனர்.
அய்யாசாமி தன் மனைவியிடம் சென்று,
"நான் இறங்கி வந்து மொதல்ல பேசிடுவேன்னு
மட்டும் தப்புக் கணக்குப் போட்டுடாதே,
நீ பேசுனாதான் நான் பேசுவேன்."
அப்புறம் என்ன, அய்யாசாமியின்
மனைவிதான் ஜெயிச்சுட்டாங்களே.
"சரி, சரி நானே பேசித் தொலைக்கிறேன்.
கடைக்குப் போய், அரை லிட்டர் பால்
வாங்கிட்டு வாங்க."

கருணைதான் சேமிப்பு
கோபம்தான் எதிரி.

109. கானல் நீர்

அய்யாசாமியின் மகன் உயரமான மலையைக்காட்டி,
"நான் ஒரு நாள் அந்தச் சிகரத்தை அடைவேன்"
அய்யாசாமி சொன்னார்;
"உன் நம்பிக்கையைப் பாராட்டுகிறேன்,
முயற்சியை வரவேற்கிறேன்,
வெற்றி பெற மனதார வாழ்த்துகிறேன்.
ஆனால் இன்னொரு கேள்வி.
அதன் உச்சியை அடைந்த பிறகு என்னவாகி விடுவாய் நீ?"
பையன் பதில் தெரியாமல் விழித்தான்.

சிகரத்தை அடைகிறவர்கள் அதனாலேயே
உயரமாகிவிடுவதில்லை.

110. அறிவுரை

தன் தந்தையை இழந்து வாடும் அய்யாசாமியிடம்
ஆறுதல் கூறுகிறார் ஒருவர்.

''மரணம் என்பது ஒரு தொடக்கம்;
மரணம் என்பது ஓர் ஓய்வு;
மரணம் என்பது ஓர் ஆறுதல்;
மரணம் என்பது ஓர் ஆசீர்வாதம்.''
அவர் அமர்ந்திருக்கும் கட்டிலைக் காட்டி
அய்யாசாமி மெதுவாகச் சொன்னான்.
''நீங்கள் அமர்ந்திருக்கிற கட்டிலில்தான்
கொரோனா நோயில் இறந்தார் என் அப்பா.''

கட்டிலை, நெருப்பைப் பார்ப்பது போல் பார்த்துவிட்டு,
அவசரமாக எழுந்து
போய் வருகிறேன்னு கூட சொல்லாமல்,
ஓட்டமாக ஓடுகிறார், ஆறுதல் கூற வந்தவர்.

சொர்க்கம் உயர்ந்த இடம் என்கிறவர்கள்
அங்கே போவதற்குத் தயாரா?

111. கிட்டப்பார்வை

அய்யாசாமியின் வீடு திடீரென தீப்பற்றிக் கொண்டது.
வீட்டிலிருந்து வெளியே ஓடிவந்தவன்
வேக வேகமாக வீட்டைப் பூட்டினான்.

அடுத்த வீட்டுக்காரன் கேட்டான்.
''வீடு எரிகிறது. வீட்டை ஏன் பூட்டுகிறாய்?''
''வீடு தான் எரிகிறது,
வீட்டில் உள்ள பொருட்களையாவது பாதுகாக்க வேண்டாமா?''

கண்களை மூடிக்கொண்டவன்
எதையும் பார்க்கமாட்டான்

112. சூது

அய்யாசாமியும் அவன் நண்பனும்
காட்டிற்கு வேட்டையாட சென்றார்கள்.
போகும் போதே அய்யாசாமி தன் நண்பனிடம்
ஓர் ஒப்பந்தம் செய்து கொண்டான்.
பெரியதாய் இருந்தாலும் சிறிய தாய் இருந்தாலும்
முதலில் கிடைப்பதைத்
தன் நண்பனிடம் கொடுத்துவிட வேண்டியது.
கடைசியாகக் கிடைப்பது அய்யாசாமிக்கு.
இடைப்பட்ட நேரத்தில் கிடைப்பதை
ஆளுக்குப்பாதியாகப் பிரித்துக்கொள்வது.
வேட்டைக்குப் போன சிறிது நேரத்தில்
ஒரு முயல் கிடைத்தது.
முதலில் கிடைத்தது உனக்கு,
எனவே, நீயே இதை எடுத்துக்கொள் என்று சொல்லி,
முயலை நண்பனிடம் கொடுத்து விட்டான் அய்யாசாமி.
அதன்பிறகு அன்று முழுவதும் வேட்டை ஒன்றும்
கிடைக்கவில்லை.
வீடு திரும்பிக் கொண்டிருந்தார்கள். ஊர் எல்லைக்கு வந்ததும்
அய்யாசாமி சொன்னான்.
"நண்பா, அந்த முயலை என்னிடம் கொடு"
"ஏன்?"

"கடைசியாகக் கிடைத்தது எனக்குத்தானே சேர வேண்டும். இன்று நாம் கடைசியாக வேட்டையாடியது இந்த முயல்தான்"

சிறிய மீன் எல்லாம்
பெரிய மீனுக்கு இரை.

113. தருமர்

நடுத்தர வயது மதிக்கத்தக்க மனிதர் ஒருவர்
கடைத்தெருவின் கூட்ட நெரிசலில்
புகுந்து புகுந்து வந்து கொண்டிருந்தார்.
இவரை நீண்ட நேரம் பின் தொடர்ந்து வந்த அய்யாசாமி
அவரிடம் சொன்னான் இப்படி.
"ஐயா! தாங்கள் நினைத்தால்
என்னைத் திருட்டுப் பட்டத்திலிருந்து காப்பாற்றுவதோடு,
உங்களைத் தர்ம பிரபுவாகவும் உயர்த்திக் கொள்ள
முடியும்.''
''எப்படி?''
''உங்கள் சட்டைப் பையிலிருந்து வெளியே தெரிந்து
கொண்டிருக்கிற, அந்த ஐநூறு ரூபாய் நோட்டை
எனக்குத் தானமாகத் தருவதன் மூலமாகத்தான்.''

மேலும் கீழும் இடம்மாறுவதால்தான்
சக்கரம் உருண்டோடுகிறது.

114. மனம் மாற்றம்

ஆதவன் என்பது அவனுடைய பெயர்.
அய்யாசாமிக்கு அவன் நண்பனாக இருந்தபோது
அய்யாசாமி நெகிழ்ந்து கூறியது.
"பனிக்கட்டியினும் மென்மையானவன் நீ.
உனக்கு ஏனடா இவ்வளவு சூடான பெயர் வைத்தார்கள்?"
அவனே ஒரு நாள் அய்யாசாமிக்கு எதிரியான போது,
அய்யாசாமி சொன்னது.
"அவனே ஒரு விடியா மூஞ்சி.
அவனுக்கு ஏனடா விடியலின் பெயரை வைத்தார்கள்?"

நின்றவரை நெடுஞ்சுவர்
விழுந்துவிட்டால் குட்டிச்சுவர்.

115. புத்திசாலி

அய்யாசாமி தன் நண்பனிடம்

500ரூபாய் கடன் கேட்கப் போனான்.

நண்பன் 1000ரூபாய் நோட்டை மாற்றி

அவனுக்கு 500 ரூபாயைக் கடனாகக் கொடுத்தான்.

பணத்தைப் பெற்றுக்கொண்டு பாதிதூரம் வந்தவன்,

ஏதோ யோசனை வந்தவனாய்

திரும்பவும் நண்பன் வீட்டிற்கு நடந்தான்.

''என்ன அய்யாசாமி திரும்பி வர?''

''ஒங்கிட்ட ரெண்டு செய்திகள் சொல்லணும்.

ஒண்ணு எனக்கு ஒரு புது சிந்தனை உண்டாகி இருக்கு.

ரெண்டாவது எனக்கு இன்னும் 500 ரூபாய் கடன் வேணும்.''

''புது சிந்தனை என்னங்கிறத மொத்தல்ல சொல்லு.''

''இல்ல, மொதல்ல 500ரூபாய் கடனைக் கொடு,

புதுச்சிந்தனையை அப்புறம் சொல்கிறேன்.''

இரண்டாவது 500ரூபாயையும் வாங்கிக்கொண்ட அய்யாசாமி

தன் புதுச்சிந்தனையைக் கூறினான்.

''கடன் கொடுக்கிறவங்கிட்ட,

பணமும் மனமும் இருக்கும் போதே

கடன வாங்கிக்கணும்.''

தான் முட்டாள் என்பதை

கண்டுபிடிப்பவனே அறிவாளி.

116. அனுபவம்

அக்கம் பக்கத்துத் தோட்டத்தில்
எது இருந்தாலும் ஒரு கை பார்த்துவிடுவார்கள்
அய்யாசாமியும் அவன் நண்பனும்,
அய்யாசாமியின் நண்பன்
ஒரு திட்டத்தோடு வந்தான் ஒருநாள்
''கட்டையர் வீட்டு பச்சரிசி மாமரம் காய்ச்சி குலுங்குது.
அந்த மாங்காய்க்குத் தனி ருசியாம்.
ஈசான மூலையில இருக்கிற
வேலிய சுலபமா அவுத்திடலாம்.
எப்ப கௌம்பலாம்?''
''வேணாம்டா. அது ரொம்ப புளிக்கும்''
விரக்தியோடு சொன்னான் அய்யாசாமி;
முதுகைத் தடவிக் கொண்டே.

ஊமையின் பேச்சு
பழகினவனுக்குப் புரியும்.

117. கட்டமைப்பு

அய்யாசாமி நடுத்தெருவில் நின்று கொண்டு
தனியாகப் புலம்பிக் கொண்டிருக்கிறான்.
அதைப்பார்த்த ஒருவர் கேட்டார்.
''என்ன தனியாகப் பேசிக்கொண்டிருக்கிறீர்கள்?''
''கடன் கொடுன்னு கேட்டதும்
நானூறு ரூவா கடன் குடுக்கணும்.
அவன்தான் உண்மையான நண்பன்''
கேட்டுக்கொண்டிருந்தவர் கேட்டார்.
''அதென்ன நானூறு ரூபா?''
''எனக்கு இப்ப அவசராமா நானூறு தேவைப்படுகிறது.
அதான் நானூறு.''

தண்ணீரின் ஆழம்தான்
குளத்தின் ஆழம்

118. சிரிப்பு

திரைப்படம் பார்க்கப் போனார் அய்யாசாமி.
அதுவொரு நகைச்சுவை திரைப்படம்.
ஒவ்வொரு வசனத்திற்கும் விழுந்து விழுந்து
சிரித்துக் கொண்டிருந்தனர் படம் பார்த்தவர்கள்.
அய்யாசாமி மட்டும் உம் என்று உட்கார்ந்திருந்தார்.
பக்கத்தில் இருந்தவர் கேட்டார்.
"ஏன் சார் எதுக்குமே சிரிக்காம இருக்கீங்க."
அய்யாசாமி சொன்னார்.
"சிரிக்கிற வயசா எனக்கு?"

இங்கேயேதான் இருக்கிறேன்
அங்கே ஏன் தேடுகிறீர்கள்?

119. சுயநலம்

கும்பகோணம் தீ விபத்தைத்
தொலைக்காட்சியில் பார்த்த அய்யாசாமி.
அவன் அம்மாவிடம் கேட்டான்.
"எங்கப் பள்ளிக்கூடமும் இப்படி எரிஞ்சா என்னம்மா செய்யறது?"
"ஓடி வந்துடு வீட்டுக்கு"
"சாப்பாட்டுக் கூடை மாட்டிக்குமே"
"வேண்டாம் விட்டுட்டு வந்துடு"
"வேற வாங்கிக் குடுப்பியா"
"ம்"
"புதுசா"
"ம் புதுசா"
"புத்தக பை"
"விட்டுட்டு வந்துடு அதையும்..."
"வீட்டுப்பாட நோட்டு"
"எதுவா இருந்தாலும் வேணாம்"
"சரிம்மா, பிரிக்கேஜில - நம்ம தங்கச்சி பாப்பா
இருக்குமே அத என்னம்மா பண்றது"
"...................?"

பிள்ளைகளின் எல்லாக் கேள்விகளுக்கும்
பதில் சொல்ல முடியாது அம்மாக்களால்

120. தேடல்

காலையில் கிளம்பிப் போன அய்யாசாமி,
மதிய சாப்பாட்டிற்குத்தான் வீட்டிற்கு வந்தான்.
வந்தவன் வீட்டில் உள்ள ஒவ்வொரு இடமாய்
தேடிக்கொண்டிருக்கிறான்.
"சாப்பிட வராம அங்க என்ன செய்றீங்க?"
அவன் மனைவி கேட்டாள்.
பீரோவைத் திறந்து தேடுகிறவன்,
"சும்மா இரு. முக்கியமான ஒரு பொருளைக் காணும்
தேடிட்டு வர்றேன்"
பெஞ்சுக்கு அடி, கதவு இடுக்கு,
கட்டிலின் கீழே எனப் பல இடங்களிலும் தேடியவன்
வேக வேகமாக வீட்டிற்கு வெளியே ஓடி வந்தான்.
"அப்படி என்னத்தான் தேடுறீங்க?
எங்ககிட்ட சொன்னா, நானும் தேடுவேன் இல்ல."
"வீடு வரைக்கும் வந்த என்னோட நிழலைக் காணும்.
என் செருப்புக்கடியில இருக்கான்னு
தேடிகிட்டு இருக்கேன்."

வெளிச்சத்தில் இருக்கிற வரை
நிழல் எங்கும் போவதில்லை.

121. பன்னாடை

சாலையில் சென்று கொண்டிருந்த ஒரு கார் மீது
லாரி மோதியதில்,
கார் அப்பளம் போல் நொறுங்கி விட்டது.
காரில் வந்தவர்களில், நான்கு பேர் இறந்து விட்டனர்.
மூன்று பேர் படுகாயங்களுடன்
மருத்துவமனைக்கு எடுத்துச் செல்லப்பட்டுள்ளனர்.
விபரத்தைப்பற்றிக் கேள்விபட்டு
ஊரே வந்து வேடிக்கை பார்க்கிறது.
நடந்ததை அறிந்த அய்யாசாமியும்
மரம் வெட்டுகிற வேலையை அப்படியே போட்டுவிட்டு
ஓடி வந்துவிட்டார்.
கார் இப்படி நொறுங்கிடக்கிறதே என்று
ஒவ்வொருவரும் சொல்லி சொல்லி
அங்கலாய்க்கின்றனர்.
எதுவுமே சொல்லாமல் மிகுந்த சிந்தனையோடு
சுற்றி சுற்றி வருகிறார் அய்யாசாமி
விபத்தைப்பற்றி அய்யாசாமி
கூடுதலாக ஏதாவது சொல்வார் என்று
அவர் அருகில் சென்று கேட்கிறார் ஒருவர்.
''எப்படி இவ்வளவு பெரிய விபத்து
ஏற்பட்டதுன்னுதான
யோசிக்கிறீங்க?''

"அது இல்லப்பா,
இவ்வளவு பெரிய விபத்திலியும்,
அந்தப் பின்னாடி பாக்குற கண்ணாடி ஒடையாம இருக்கே,
அது எப்படின்னு யோசிக்கிறேன்."

கழுகு, உயர உயர பறந்தாலும்
இறந்த எலியைத்தான் தேடும்.

122. அது எப்படி?

மனநல மருத்துவர் ஒருவரைச் சந்திக்கச் சென்றான் அய்யாசாமி.
"அய்யா, நான் செய்யும் தவறு என்னை மிகவும்
மன உளைச்சலுக்கு உள்ளாக்குகிறது.
இரவில் தூங்க முடியவில்லை."

"அப்படி என்ன தவறு செய்கிறீர்கள்?"

"வாரம் ஒரு கோழியின் தலையை அறுத்து
உயிர்க் கொலை செய்கிறேன்."

"சரி.அப்படியானால் இனிமேல் கோழியின்
தலையை அறுக்காதீர்கள்."

"அய்யய்யோ!அதெப்படி முடியும்?
வாரம் வாரம் கோழிக்கறி குழம்பிற்கு
நான் எங்குப் போவேன்?"

மாற மாட்டேன் - ஆனாலும்
நான் நல்லவன்.

123. நடவு

ஞானி ஒருத்தர் ஊருக்கு வந்தார்.
கேள்விப்பட்ட மக்கள் அவரைப் பார்க்க ஓடோடி வந்தனர்.
கீழே கிடக்கும் கற்களை எடுத்து,
மரத்தைப் பார்க்காமலே வீசிக்கொண்டிருந்தார் ஞானி.
ஒவ்வொரு கல்லுக்கும்
ஒரு மாங்கனி விழுந்து கொண்டிருந்தது.
மக்களுக்கு ஆச்சரியமோ ஆச்சரியம்.
கைதட்டி பார்த்துக்கொண்டிருந்தனர்.
கடைசியாக ஒரு கல்லை எடுத்து எறிந்தார் ஞானி.
ஆனால் மாங்கனி விழவில்லை.
மக்கள் முகம் வாடி நின்றனர்.
ஞானி எழுந்து அடுத்த ஊருக்குப் புறப்பட்டுவிட்டார்.
மாங்கனி விழாததால் வெட்கப்பட்டுப் போகிறார்
என்று பேசிக்கொண்டனர் மக்கள்.
அங்கிருந்த அய்யாசாமி சொன்னான்,
''நினைத்து வந்த வேலை முடிந்து விட்டது.
அதனால்தான் அடுத்த ஊருக்குப் புறப்பட்டு விட்டார்.''

வெற்றி மட்டுமல்ல,
தோல்வியும்தான் வாழ்க்கை.

124. ம(ண்)னிதன்

கிழிந்த ஆடைகளோடும்,
மழிக்காத முடியோடும்,
தாடி, மீசையென அலங்கோலமாய்
ஊருக்கு வந்த ஒரு மனிதரைப் பார்த்துவிட்டு,
ஊரில் இருந்த சிறுவர்கள்
அவரைக் கல்லால் அடித்து விரட்டிக்கொண்டிருந்தனர்.
அதைப்பார்த்த அய்யாசாமி,
ஓடிச்சென்று சிறுவர்களைத் தடுத்து நிறுத்திவிட்டுக் கேட்டார்.
"ஏண்டா அந்த மனிதரை அடிக்கிறீர்கள்?"
"அது ஒரு பைத்தியம்"
"பைத்தியம்னு எப்படிடா சொல்றீங்க?"
"அந்த ஆளு வேப்ப மரத்தக் கட்டிப்புடிச்சுக்கிட்டு
இது என் அண்ணங்கிறான்,
புளிய மரத்து அடியில விழுந்து வணங்கி
இது என் தாத்தாங்கிறான்,
முருங்க மரத்துல சாக்க எடுத்துக்கட்டிட்டு,
இது என் தங்கச்சிங்கிறான்,
ஆத்தக்காட்டி உறவுங்கிறான்.
மலையக் காட்டி சொந்தங்கிறான்
இப்படி பண்ணுற அது பைத்தியம் இல்லாம வேற என்ன?"
"அப்படியா சொன்னாரு.அவுரு பைத்தியம் இல்லடா.
அவுரு தான் ஞானி, மகான்."

இயற்கையோடு இணைந்து விட்டவன்
இறைவனோடு இணைந்து விட்டான்.

.அமலநாயகம்

125. விளக்கம்

குடிகாரன் ஒருவன், குடித்துவிட்டு
தெருவில் நடந்து போவோரிடம்
தகராறு செய்து கொண்டிருந்தான்.
சிலர் சென்று ஏன் இப்படிக் குடித்துவிட்டு
வீண் வம்பு செய்து கொண்டிருக்கிறாய்,
பேசாமல் வீட்டிற்குப் போ என்று அறிவுரை கூறினர்.
அவனோ அவர்களையும் தவறாகப் பேசி வம்பிற்கு இழுக்கவே,
அவர்கள் அவனிடமிருந்து விலகி ஓடினர்.
பழையபடி அவன் தெருவில் தகராறு செய்ய ஆரம்பித்தான்.

இதையெல்லாம் நீண்ட நேரமாகப்
பார்த்துக் கொண்டிருந்த அய்யாசாமி
நேராக அவனிடம் சென்று,
முதுகில் இரண்டு வைத்து
வீட்டிற்குப் போகும்படி சைகை காட்டினான்.
அடி வாங்கிய குடிகாரன்.
உடைகளை வாரி சுருட்டிக்கொண்டு
சத்தமில்லாமல் தன் வீட்டை நோக்கி நடந்தான்.
அவனைப் பார்த்த முதியவர் ஒருவா கேட்டார்.

"மற்றவர்கள் சொன்ன போதெல்லாம் கேட்காமல்
இப்போது மட்டும் அடங்கிப் போகிறாயே ஏன்?"

குடிகாரன் திரும்பிப் பார்த்துக் கொண்டே மெதுவாகச் சொன்னான்.

"இவர் மட்டும்தான்
நான் செய்வது தவறு என்பதை,
விவரமாக எனக்குப் புரியவைத்தார்."

மாட்டின் மொழி
சாட்டை என்று அறி

126. மகிழ்ச்சி

அய்யாசாமி பசிக்கிறது என்று சொல்லி,
தன் தாயிடமிருந்து இரண்டு ரூபாய்
வாங்கிக் கொண்டு போய்,
பக்கத்தில் இருந்த பெட்டிக்கடையில்
பிஸ்கட் வாங்கி வந்தான்.
தெருவில் நின்று கொண்டிருந்த குட்டி நாய் ஒன்று,
அவனைப்பார்த்து வாலாட்டவே,
அதைத் தூக்கிக் கொண்டு வந்து,
பிஸ்கட் முழுவதையும் அதற்கே போட்டு விட்டான்.
அதனைப் பார்த்துக் கொண்டிருந்த
அவனுடைய தாய் கேட்டாள்.
''பசிக்கிறது என்று தானே பிஸ்கட் வாங்கி வந்தாய்?
பிறகு ஏன் நீ சாப்பிடாமல்
ஏதோ ஒரு தெரு நாய்க்குக் கொடுத்தாய்.
இப்போது பசிக்குமே என்ன செய்ய போகிறாய்?''

''பசிச்சா பரவாயில்லம்மா,
நான் மகிழ்ச்சியாக இருக்கிறேன்''

மனநிறைவு,
வாழ்க்கை நிறைவு

127. சூழ்ச்சி

அய்யாசாமியின் அப்பா
இரண்டு உண்டியல்களை வாங்கி வந்தார்.
இரண்டும் ஒரே வடிவம், ஒரே விலை, ஒரே தரம்தான்
நிறம் தான் ஒன்று பச்சை, மற்றொன்று மஞ்சள்.

உண்டியல்களை ஆளுக்கு ஒன்றாக
எடுத்துக்கொள்ளுங்கள்
என்று அய்யாசாமியிடமும்
அவன் அண்ணன் முத்துவேலுவிடமும்
சொன்னார் அவனுடைய அப்பா.

இரண்டில் எதை எடுத்துக்கொள்வது என்பதில்
பெரிய குழப்பம் ஏற்பட்டது அய்யாசாமிக்கு.
தன் அண்ணனிடம் கேட்டான்.

''நீ எந்த நிற உண்டியலை எடுத்துக்கொள்கிறாய்?''

இரண்டையும் பார்த்தான் முத்துவேல்.
இரண்டுமே அழகாகவே இருந்தன.அவன் சொன்னான்.

''நான் பச்சை நிற உண்டியலை எடுத்துக்கொள்கிறேன்''
''அப்படியென்றால்

எனக்குத்தான் அந்தப் பச்சை நிற உண்டியல்''
ஏன் என்று கேட்டான் முத்துவேல்
''நீ சிறந்ததைத்தானே எடுத்துக் கொள்ள நினைப்பாய்,
அதனால் அதுதான் எனக்கு வேண்டும்.''
சற்று யோசித்த முத்துவேல் சொன்னான்.
''சரி.எனக்கு மஞ்சள் நிற உண்டியலைக் கொடு.''
அய்யாசாமி யோசிக்க ஆரம்பித்தான்.
முதலில் கேட்பதைக் கொடுக்கமாட்டேன்
என்பதைத் தெரிந்துகொண்டுதான் முதலில் பச்சை
நிறத்தைக் கேட்டு,
இப்போது மஞ்சள் நிறத்தைக் கேட்கிறானோ?
புலம்பிக் கொண்டிருக்கிறான் அய்யாசாமி.

''அய்யய்யோ! ரெண்டையும் கேட்டுட்டானே,
எத உண்மையில கேக்கிறான்னு தெரியலியே!''

ஒன்றை எதிர்கொள்ளாமல் - அதை
கடந்து செல்ல முடியாது.

128. மாற்றிக்கொள்

தன்னிடமிருக்கும் நாய் குரைக்கவும், சேவலைப் போல் கூவவும் செய்யும் எனக்கூறி விற்க வந்தான் அய்யாசாமி.

நாயை விலை பேசி வாங்கிக் கொண்டு போனான் ஒருவன்.

நாயை விற்று ஒரு வாரம் கூட ஆகவில்லை. நாயை வாங்கியவன் அய்யாசாமியைத் தேடி வந்தான்.

"உங்கள் நாய் எனக்கு வேண்டாம், பணத்தைத் திருப்பித் தாருங்கள்."

"ஏன் என் நாய் குரைக்கவில்லையா?"

"ம். நன்றாகக் குரைக்கிறது."

"சரி, அப்படியென்றால் சேவலைப் போல் கூவ வில்லையா?"

"அதிலும் தப்பில்லை. நன்றாகத்தான் சேவலைப் போல் கூவுகிறது."

"பிறகென்ன பிரச்சனை?"

"காலையில் விடியலுக்குக் கூவுவதற்குப் பதிலாகக் குரைக்கிறது. திருடனைப் பார்த்து குரைப்பதற்குப் பதிலாக கூவுகிறது."

"இதற்காகவா நாயை வேண்டாமென்கிறீர். கவலையை விடுங்கள். இனிமேல் நாய் குரைத்தால் விடிந்துவிட்டது, என்றும் சேவலைப் போல் கூவினால் திருடன் வந்திருக்கிறான் என்றும் நீங்கள் மாற்றி நினைத்துக் கொள்ளுங்கள்."

இரவும் பகல்தான் ஒளியற்ற பகல்
பகலும் இரவுதான் ஒளியான இரவு.

129. வழிகாட்டுதல்

உறவினர் ஒருவர் வீட்டில் குடும்ப நிகழ்ச்சி,
அழைக்கப்பட்டிருந்த எல்லார்க்கும்
குளிர்பானம் வழங்கப்பட்டது.
ஒரு சிறுவன் குளிர்பான குவளையைத்
தவறவிட்டு உடைத்து விட்டான்.
உடனே சிறுவனைப் பிடித்து அவன் தாய்
அடிக்க ஆரம்பித்துவிட்டாள்.
இதைப் பார்த்துக் கொண்டிருந்த அய்யாசாமி.
தன் கையிலிருந்த குளிர்பானக் குவளையைத் தவறவிட்டு
உடைத்ததோடு சத்தமாகக் கத்த ஆரம்பித்தார்.

"என்னை அடியுங்கள், என்னை அடியுங்கள்"
"உங்களை ஏன் அடிக்கணும்?"
"குவளையைப் போட்டு உடைச்சுட்டேன்
அதுக்காகத்தான்"
"அதுக்காக எப்படி உங்கள அடிக்க முடியும்?
இனிமே பாத்து நடங்கன்னுதான் சொல்லலாம்"
"குழந்தைகிட்டயும் அதச்சொல்லி இருக்கலாமே,
ஏன் குழந்தைய மட்டும் அடிக்கிறீங்க?"

கூடுதலாக யோசித்தால்
மேலும் ஒரு வழி

அவந்தான் அய்யாசாமி!

130. அவசரம்

வயதான ஒருவர்,
தினமும் அந்த நீச்சல் குளத்திற்கு வருவார்.
பார்வையாளர்கள் இருக்கையில் அமர்ந்து
வேடிக்கை பார்ப்பர்.
பிறகு எழுந்த வீட்டிற்குப் போவார்.
அவர் வேறு யாருமல்ல.
முன்னாள் நீச்சல் வீரர்,
ஒலிம்பிக்கில் தங்கம் வென்றவர்,
அந்த நீச்சல் குளத்திற்குச் சிறுவன் அய்யாசாமி,
தினமும் நீச்சல் பழக வருவதையும்,
உற்சாகத்தோடு நீந்துவதையும்,
கால அட்டவணையைப் பின்பற்றுவதையும்
கவனித்து வந்த முதியவருக்கு,
அந்தச் சிறுவன் அய்யாசாமிக்கு மேலும் சில
நுணுக்கங்களைக் கற்றுத்தர வேண்டுமென்ற
விருப்பம் தோன்றிது. ஒரு நாள் அவனை அழைத்தார்.
"தம்பி, உன்னை தினமும் கவனித்து வருகிறேன்.
நீ நன்றாக நீந்துகிறாய்.
என்னோடு தினமும் ஒருமணி நேரம்
நீ செலவழிக்க முடியுமா? நான்,,,,,"
அவர் பேசி முடிக்கும் முன்
குறுக்கிட்ட அய்யாசாமி சொன்னான்.

"மன்னிக்க வேண்டும். இவ்வளவு வயதான உங்களுக்கு என்னால் நீச்சல் கற்றுத் தர முடியாது, அதற்கு எனக்கு நேரமில்லை.''

அளவுக்கு அதிகமான தன்னம்பிக்கை தவறான முன் முடிவுகளைத் தரலாம்.

131. மரியாதை

அந்த நான்கு வழிபாதை ஒரு காட்டின் ஊடாகச் செல்கிறது.

அந்த வழியாக இரு சக்கர வாகனத்தில் இளைஞன் ஒருவன் வந்து கொண்டிருந்தான்.

மூன்று வழிகள் பிரிகிற இடத்தில் வந்து நின்ற அவனுக்குத் தொடர்ந்து தான் எப்படிச் செல்வது எனப் புரியவில்லை.

அறிவிப்பு பலகை எதுவும் அங்கில்லை.சிறிது தூரத்தில் அய்யாசாமி ஒருவன் மட்டுமே

மாடு மேய்த்துக் கொண்டிருந்தான்.இளைஞன் அலட்சியமாக அவனைக் கூப்பிட்டான்.

''டேய், பையா, நடுக்குப்பத்திற்கு எந்த வழியாகச் செல்ல வேண்டும்?''

அய்யாசாமி பதில் ஏதும் பேசாமல் தன் ஆட்டிற்குத் தழை ஒடித்துப் போட்டுக் கொண்டிருந்தான்.

''டேய் பையா உன்னைத்தான் கேக்கறேன்.'' இதற்கும் பதில் இல்லை.

திரும்பத் திரும்ப கேட்டுக்கொண்டிருந்த இளைஞன் கேட்டான்.''மடையா, வழி தான கேட்கிறேன் சொல்ல மாட்டியா?''

மௌனத்தைக் கலைத்த அய்யாசாமி சொன்னான்.

''உனக்கு நான் வழி சொல்ல வேண்டுமென்றால் டேய் போட்டுக் கூப்பிடாதே, என்னை அண்ணா என்று சொல்''

பணிவின் நன்மையை

ஆணவம் தர முடியாது

132. முன் அனுபவம்

அய்யாசாமியோட வளர்ப்பு நாயை
எதிர்வீட்டுக்காரன் அடித்து,
காலை உடைத்து விட்டான்
அடிபட்டுக் கிடந்த நாயை
இளைஞன் ஒருவன் தூக்கிக் கொண்டு வந்து
அய்யாசாமியிடம் ஒப்படைத்தான்.
நாயைப் பெற்றுக்கொண்ட அய்யாசாமி சொன்னான்.
"என் நாயை அடித்து, அதன் காலை உடைத்தது
யார் என்று எனக்குத் தெரியும்,
என் பக்கத்து வீட்டுக்காரன்தான் அவன்,
அவனை ஒரு கை பார்க்காமல் விட மாட்டேன்."
நாயைத் தூக்கி வந்த இளைஞன் சொன்னான்.
"உங்கள் நாயை அடித்தது,
உங்கள் பக்கத்து வீட்டுக்காரர் அல்ல,
உங்கள் எதிர் வீட்டுக்காரர்தான்."
"நிச்சயம் இருக்காது,
நாயை அடித்தது என் பக்கத்து வீட்டுக்காரன்தான்."
நாயை அடித்தது பக்கத்து வீட்டுக்காரர் அல்ல,
எதிர் வீட்டுக்காரர் தான் என்று
மீண்டும் மீண்டும் சொன்ன இளைஞன்
இறுதியாகச் சொன்னான்.
"உங்கள் எதிர்வீட்டுக்காரர் நாயை அடிப்பதை

என் இரண்டு கண்களாலும் பார்த்தேன்.''
''நீ அவன் என் நாயை அடித்ததைத்தான் பார்த்திருக்கிறாய்.
அவன் என்னை அடித்ததைப் பார்க்கவில்லை.
அதனால்தான் உளறுகிறாய். எனக்குத் தெரியும்.
நாயை அடித்தது என் பக்கத்து வீட்டுக்காரன்தான்,
நீ என் நாயைக் காப்பாற்றியது போல்
என்னையும் காப்பாற்றுகிறவனாய் இருந்தால், உடனே கிளம்பு.''

புலிக் கறியைச் சாப்பிட்டாலும்
சொல்லமுடியாது வெளியே

133. எண்ணம்

படியில் ஏறிக்கொண்டிருக்கிற அய்யாசாமி நினைத்துக் கொண்டான்.

"படி ஏற்றிவிடும்."
படியில் இறங்கிக் கொண்டிருக்கிற அய்யாசாமி அடித்துத் திருத்துகிறான் தன் எண்ணத்தை

"படி இறக்கிவிடும்."

முரண்களின் நகைச்சுவைதான் வாழ்க்கை.

134. பந்தயம்

குதிரைப் பந்தைய மைதானத்திலிருக்கும் அய்யாசாமி
"அந்த எட்டாவது குதிரைத்தான் முதலில் வரும்"
பக்கத்திலிருந்தவன் கேட்டான்
"ஏழு குதிரைகள் தானே ஓடிக்கொண்டிருக்கின்றன?"
அய்யாசாமி சொன்னான்
"உன் கடைசி காசையும் இழந்தபிறகு சொல் எட்டாவது குதிரை ஓடுகிறதா, இல்லையா என்று?"

*சுருக்கெழுத்து அதைப்
படித்தவனுக்குதான் புரியும்*

135. உண்மை

அரசியல் அடாவடியால் புதுப்பணக்காரரான ஒருவரைப் பற்றி
அவரது கைத்தடிகளில் ஒருவன்
டீக் கடையில் கதை அளந்து கொண்டிருந்தான்.
"வில்லை வீலாக்குவார். வீலை வில்லாக்குவார்,
கல்லைக் கடவுளாக்குவார்.
மலையை மாளிகையாக்குவார்.
இவர் நினைத்தால் இதிகாசங்கள் மாறும்
இலக்கியம் சீறும்..."
எல்லாரும் வாயைப் பிளந்து கேட்டுக் கொண்டிருக்க.
இடை மறித்த அய்யாசாமி.
"மாட்டை மாடு என்று சொல்.
குதிரை என்று சொன்னால் பொய் சொல்கிறாய்.
கழுதை என்று சொன்னால்
அதன் மேல் கோபமாய் இருக்கிறாய்?"

உண்மையைப் பேசு
மெதுவாகப் பேசு

136. சொல்லாமை

தவளை சொன்னது

"இந்தப் பாம்பு செய்கிற கொடுமையை யாருமே கேட்க மாட்டீர்களா?"

"ஏன்? என்ன?" அய்யாசாமி கேட்டான்.

"அதற்குப் பசி எடுத்தால் எங்களைச் சாப்பிட்டுவிடுகிறது"

"ஆமா. தப்புதானே! உங்கள் உயிரைப் பாம்பு எப்படிப் பறிக்கலாம்?"

சொல்லிக் கொண்டிருக்கும்போதே தவளை ஒரு எட்டுக்கால் பூச்சியை 'லபக்' கென்று விழுங்கிவிட்டது.

அய்யாசாமி அதற்குள் ஒரு

கொசுவை அடித்துக் கொன்றுவிட்டிருந்தான்.

வாழ்வென்பதென்ன?
சாவென்பதென்ன?

137. பசி

வருகைப் பதிவேட்டை எடுத்து முடித்த ஆசிரியர் ஒவ்வொருவராய் நலம் விசாரிக்கிறார்.

"வினோத்! இன்னைக்குக் காலையில் என்ன சாப்பிட்ட?"
"இட்டிலி சார்"
"கலா நீ?"
"சோறு சார்"
"மனோ"
"உப்புமா சார்"
"கவிதா?"
"கஞ்சி சார்"
"அய்யாசாமி?"
"பட்டினி சார்"
பட்டினியா? தொட்டுக்க?
"பட்டினிதான் சார்"

உயிர்களின் சாபம்
பசி! பசி! பசி!

138. ரசம்

அய்யாசாமி முதன் முறையாக விமானத்தில் பயணம் செய்கிறான். அதுவும் அமெரிக்காவிற்கு, அங்குள்ள ஒரு பல்கலைக் கழகத்தில் ஒரு வார கால பயிற்சிக்காகப் போகிறான்.

பக்கத்தில் அமர்ந்திருந்தவர் அய்யாசாமியிடம் எதற்காக அமெரிக்கா போகிறீர்கள் எனக் கேட்டார்.

அய்யாசாமி சொன்னான்.

''நான் ஒரு சமையல் கலைஞன்.

பெரிய உணவகத்தில் பணி புரிகிறேன்.

மிளகு ரசம் வைப்பதில் நிபுணர் ஒருவர்

கொடுக்கும் சிறப்புப் பயிற்சியில்

பயிற்சி எடுப்பதற்காக ஏல் பல்கலைக்கழகம் போகிறேன்.

சரி நீங்கள் எங்கே செல்கிறீர்கள்?'' ''அமெரிக்காவிற்குத்தான்''

''அங்கே எங்கே போகிறீர்கள்?''

''ஏல் பல்கலைக் கழகத்திற்குத்தான்''

''எதற்காகப் போகிறீர்கள்?''

''மிளகு ரசம் வைப்பது எப்படி என்னும் சிறப்புப் பயிற்சியைக் கொடுப்பதற்காக.''

உலகம் உன்னிடம் முடிகிறதென்றால்
உலகம் உன்னிடம்தான் தொடங்கி இருக்கிறது.

139. அபிப்ராயம்

அய்யாசாமியும் அவன் நண்பனும்
நடந்து போய்க் கொண்டிருந்தார்கள்.
நண்பன் சொன்னான்
"அதோ வானத்தில் பறக்கிறதே பறவை.
அது பறந்து கொண்டிருக்கும்போதே
முட்டை போட்டால் எப்படி இருக்கும்?"
அந்த நேரத்தில் அந்தப் பறவை எச்சமிட
அது நண்பனின் சட்டையில் விழுந்தது.
அய்யாசாமி சொன்னான்.
"அய்யய்யோ! பறவை எச்சமிட்டுவிட்டது"
நண்பன் சொன்னான்.
"இல்லை, இல்லை.
முட்டை விழுகிற வழியில்
உடைந்துவிட்டது"

முட்டாள் தான் நினைத்ததை நம்பவும் செய்வான்.

140. ஆன்மீகம்

ஆன்மீகம் என்றால் என்ன?
"தேநீரைக் குடி"
இறைவனை எப்படி வழிபடுவது?
"உன் வயலில் வேலையிருந்தால்
போய்ப் பார்."
இறைவனை அடைய என்ன வழி?
"எதற்கு வழி?"
எந்த மதத்தைக் கையாள்வது?
"பறவைகளைப் பிடிக்க மீன் வலை எதற்கு?"
கடவுளைப் பற்றிப் புத்தகம் எழுதப்போகிறேன்.
"எழுதி அதைக் கடலில் வீசு"
முட்டாள்களை என்ன சொல்வது?
"நூறைப் பாராட்டு - பூஜ்ஜியத்தைக் குறை சொல்லாதே."
உங்களைச் சித்தரெனலாமா?
"சித்தனைத் தேடாதே; சித்தனாய் தேடு"

மிகவும் கூர்மையாக இருக்க விரும்பினால்
அதில் நம்மையே வெட்டிக் கொள்ள நேரிடும்.

141. அல்வா

பையன் அல்வா வேண்டுமென்று தன் அப்பா,
அய்யாசாமியிடம் கேட்டான்.
அய்யாசாமியோ மைசூர் பாக்கைக் கொடுத்து,
"இந்தா அல்வா?" என்றார்.
"அப்பா, இது அல்வா இல்ல, மைசூர் பாக்கு"
"மைசூர் பாக்கு வடிவத்துல செஞ்ச அல்வா இது. சாப்பிட்டுப் பாரு"
சாப்பிட்டுப் பார்த்த பையன் சொன்னான்,
"டேஸ்ட் கூட மைசூர் பாக்கு மாதிரி தாம்பா இருக்கு."
"ஆமாண்டா, டேஸ்டும் மைசூர் பாக்கு மாதிரி செஞ்ச அல்வா இது"

அப்பாக்கள் சொல்வதற்குப் பெயர்
பொய் அல்ல, இயலாமை

142. விளம்பரம்

"நான் தஞ்சைக்கு அருகில் உள்ள கருக்கலில் பிறந்தவன்தான், மற்றபடி ராஜராஜசோழன் பரம்பரையைச் சேர்ந்தவன் என்றோ, கரிகாலனின் 43வது பரம்பரையில் வருகிறவன் என்றோ, வரும் செய்திகளை நம்ப வேண்டாம்,
என்னைப் பார்க்க யாரும் என்னைத் தேடி வரவும் வேண்டாம். நான் அமைதியாக வாழ விரும்புகிறேன்."

அய்யாசாமியின் இந்த விளம்பரத்தைப் பார்த்தவர்களில் பாதி பேர் அடித்துச் சொன்னார்கள்.
"இவன் ராஜ ராஜ சோழன் பரம்பரைதான்; நேரம் கிடைத்தால் போய் பார்த்து வரணும்"

கண்ணுள்ளவனைக் காட்டிலும்
பார்வையற்றவன்
குறைவாகவே தடுக்கி விழுகிறான்.

143. பயம்

மணியும் அய்யாசாமியும் வீட்டுப்பாடம் செய்யவில்லை.
அடிக்குப் பயந்து மணி பள்ளிக்கூடம் போகவில்லை.
அய்யாசாமி மட்டுமே போனான்.

நண்பன் அய்யாசாமி அடிவாங்கியதைப் பற்றித் தெரிந்து கொள்ள,
ஆவலோடு காத்திருந்த மணி,
மாலையானதும் அய்யாசாமியைத் தேடி வந்துவிட்டான்.

"எத்தனை அடி அடித்தார் கணக்கு வாத்தியார்?"
"அடியா? இன்னைக்கு வீட்டுப்பாடம் செய்யாதவங்க
நாளைக்குச் செஞ்சுட்டு வாங்கன்னு சொல்லிட்டார்."

பெரும்பாலான பயங்கள்
வாழ்க்கையில் நடப்பதே இல்லை.

144. பல் சொத்தை

அய்யாசாமி தன் அம்மாவிடம் கேட்டான்.
''அம்மா, ஜாக்லேட் இருக்காம்மா.''
''ஒண்ணுதான் இருக்குக் கண்ணு.
உனக்குப் பாதி, பாப்பாவுக்குப் பாதி
பிட்டுக் குடுக்கட்டுமா?''
''வேணாம்மா, ஜாக்லேட் சாப்பிட்டா
பல்லு சொத்தையாயிடும்.''
''சரி, அப்ப அந்தச் சாக்லேட்ட
பாப்பாவுக்குக் குடுத்துடட்டுமா?''

''என்னமா நீ! பல்லு சொத்தையாயிடும்னு
நான் சொன்னது எனக்கில்ல.
நம்ம பாப்பாவுக்குததான்''

பெரிய பெரிய சிந்தனைகள்
குழந்தைகளிடமிருந்தும் வரும்.

145. மாத்தி யோசி

பக்கத்து வீட்டு பெண் வாங்கியிருக்கும் புடவையைப் பார்த்ததும், அய்யாசாமியின் மனைவிக்கும் அதே மாதிரி ஒரு புடவை வாங்க வேண்டுமென்ற ஆசை வந்துவிட்டது. புடவை வாங்க வேண்டுமென்று அய்யாசாமியைக் கூப்பிட்டால், வானத்திற்கும் பூமிக்கும் குதிப்பான். அதனால் அவன் மனைவி கூறினாள் இப்படி.

"ஏங்க ஒங்க கிட்ட ஒரு நல்ல பேண்ட் சட்டையே இல்ல. வாங்க போய் ஒங்களுக்குத் துணி எடுத்துக்கிட்டு வருவோம்."

திக்குமுக்காடிப் போன அய்யாசாமி உடனே கிளம்பினான் துணிக்கடைக்கு.

தூண்டில் புழுவைக் கோர்ப்பது
மீனைப் பிடிக்கவே.

146. நான் நீ

"உலகத்தில் இரண்டே பேர்தான்
மிக முக்கியமானவர்கள்"
என்றான் அய்யாசாமி.
"யார் அவர்கள்" எனக் கேட்டார் எதிரிலிருந்து
கேட்டுக்கொண்டிருந்தவர்.
"ஒன்று நீங்கள்"
"என்னது நானா?
அப்படியென்றால் இன்னொருவர்?"
"உங்கள் எதிரில் இருக்கிற நான் தான்"

குதிரையைப் புகழ்வது
அதன் மீது சவாரி செய்வதற்காகத்தான்

147. திருடன்

"திருடிட்டு ஓடுறான் பிடிங்க, திருடிட்டு ஓடுறான் பிடிங்க."
கத்திக் கொண்டே ஓடினான் அய்யாசாமி.
அவனைப் பின் தொடர்ந்து சிலர் ஓடி வந்தனர்.
தெருவில் யாருமே இல்லாததைப் பார்த்துவிட்டு
இவன் ஏதோ உளறுகிறான் என்று நின்று கொண்டனர்.

ஓடிக் கொண்டிருக்கிற அய்யாசாமி
திரும்பி பார்த்துவிட்டுச் சொல்கிறான்.
"நான்தான் திருடிட்டு ஓடுறவன்.
பிடின்னு சொல்லியும் பிடிக்க மாட்டேங்கிறானுங்க.
என்னத் சொல்றது?"

புதிய விஷயங்களைக் காண
கண்களை மூடு.

நான் யார்? எனக் கேட்டவர்கள்
சாக்ரட்டீஸ் ஆனார்கள்.

உலகம் ஏன் துன்பப்படுகிறது எனக் கேட்டவர்கள்
புத்தன் ஆனார்கள்.

ஏன் உலகில் ஏற்றத்தாழ்வுகள் எனக் கேட்டவர்கள்
கார்ல்மார்க்ஸ் ஆனார்கள்.

இது ஏன் இப்படி நடக்கிறது எனக் கேட்டவர்கள்
ஐன்ஸ்டின் ஆனார்கள்

எதையாவது யோசிப்பது
எதையாவது சிந்திப்பது
எதையாவது நம்புவது
எதையாவது கேள்வி கேட்பது
இதுதானே வாழ்க்கை?

148. அய்யாசாமியின் கேள்விகள்

1.
தன் இறகின் மூலம்
இன்னமும்
பறந்து கொண்டிருக்கிறதா
இறந்து போன பறவை?

2.
திறந்து கிடக்கும் பாத்திரத்தில்
விழுந்து அடங்கிவிட்டனவா,
இடி, மின்னலுடன் வந்த
மழைத் துளிகள்?

3.
பறவைகள் இல்லாவிட்டால்
மரங்களுக்கு
யார்தான் பேச்சுத் துணை?

4.
உணவுக்குத் தெரியவில்லையோ
தான் யாருக்குத் தேவையென்று;
ஏன் போகிறது
குப்பைத் தொட்டிக்குள்?

5.
இசையென்று மயங்குகிறார்கள்
இசை விரும்பும் மேதைகள்
எதை நினைத்துக் கூவுகிறதோ
குயில்?

6.
பள்ளிக்கூடம் வராத சிறுவனும்
படித்துக் கொண்டுதானே
இருக்கிறான்
வீட்டுப்பாடங்களை?

7.
பறந்து பறந்து
பரந்த வானத்தைத்
தனதாக்குகிறதா - இந்தச்
சின்னஞ் சிறு சிட்டுக் குருவி?

8.
சிற்பங்களின் வரலாறு
செதுக்கியவன் வரலாற்றைச்
சேர்த்துச் சொல்லுமா,
மறைத்து வைக்குமா?

9.
வானத்தில்
தெரிகிறதே
ஒற்றை நட்சத்திரம்;
உனக்கென்ன சொல்கிறது,
எனக்கென்ன சொல்கிறது?

10.
என்னோடு ஏறிக்கொண்டு வருகிற
எறும்புக்கு
இறங்குகிற இடத்தில்
உறவுகள் இருக்குமா?

11.
கனவுகளைத் துரத்திக் கொண்டு
காலத்தைத் தொடர்கிறேனே;
தொலைந்து கொண்டிருக்கிறதா
வாழ்க்கை?

12.
வெளிச்சத்தை மறைக்கும்
வெளிச்சம் தான்
சூரியனா?

13.
எதிரிகள் என்பவர்கள்
எங்கேயில்லை;
நானும் கூட, யாரோ ஒருவனுக்கு
எதிரிதானே?

14.
ஆயிரம் மரணங்களைப்
பார்த்த பின்னும்
மனம் ஏற்கிறதா,
நமக்கும் எதிரில்தான் இருக்கிறது
மரணம் என்பதை?

15.
தன் அனைத்துத் துயரங்களையும்
சுருட்டுக்குள் வைத்துப்
புகைத்துத் தள்ளுகிறாரா - இந்த
வயதான முதியவர்?

16.
கால்பட்டு அழிவதற்கா
தரையில் பூக்கின்றன
மார்கழிக் கோலங்கள்?

17.
கொல்வதற்கு
ஆயுதங்கள்தான் வேண்டுமா,
வார்த்தைகள் போதாது?

18.
தூரமாகப் போக வேண்டும்
நம்மோடும் இருக்க வேண்டும்
இதைத்தானே எதிர்ப்பார்க்கிறோம்
பட்டத்திடமிருந்து?

19.
தேசம் விட்டுத் தேசம்
வந்து செல்லும் பறவைகள்
கொண்டு வந்ததென்ன,
கொண்டு செல்வதென்ன?

20.
மெல்லிய ஆடை உடுத்தி
அவள் விற்றுக் கொண்டு போவதென்ன,
காதலா,
காமமா?

21.
மீன் வாங்கி வந்த பையில்
கடலின் வாசம்;
துடுப்பசைக்கையில்,
படகில் ஏறிக்கொண்டதோ கடல்?

22.
பூவுக்குள் இருக்கும் மது
அதை ரசிப்பவனுக்குள்
புகுந்ததெப்படி?

23.
பெரியோர்களால்
நரகமாக்கப்படும் வீட்டை
குழந்தைகள்தான்
சொர்க்கமாக்குகிறார்களா?

24.
குடிக்காமல் இருப்பதற்கு
எத்தனை காரணங்கள் உண்டோ,
அத்தனை காரணங்களும்,
குடிப்பவனுக்கும் உண்டுதானே?

25.
இறப்பென்பதென்னா
விடுபடுவதா?
வேறொன்றாதலா?
விடையற்ற முடிவா?

26.
சொல்ல வந்ததை
சொல்லாமல் போகிறதே
என் எழுத்து
கவிதை எழுதிவிட்டேனா
நான்?

27.
இந்த உறை பனியிலும்
குளிர் காற்றிலும்
எந்த வழியாகப் புகுந்து போயிருக்கும்
வானத்திலிருந்த நிலவு?

28.
உயிரற்ற மரம்
பூக்கும் மரங்களுக்கிடையில்
தேவையா,
தேவையில்லையா?

29.
இந்தப் பூமிக்கு வருவதற்கும்
ஏதாவது வரிசை முறை
வைத்திருப்பார்களா,
எனக்கு முன் நீ
உனக்குப்பின் நான் என?

30.
வீட்டுச் சுவரில்
மாட்டப்பட்டிருக்கிறது காட்டின் படம்;
உள்ளே புகுந்து சுற்றிவர
வழியை
வரையாமல் விட்டது ஏன்?

31.
நீயா இதைச் செய்தாய்?
திரும்பத் திரும்ப வரும் இக்கேள்வி
தெளிவிற்காகவா?
என் திறமைமீது கொண்ட
அவநம்பிக்கையிலா?

32.
பூமி
இருளை உடுத்திக் கொண்டால்
இரவு;
அவிழ்த்துப் போட்டால்
பகலா?

33.
வெட்டாது வளரும் விரோதத்தால்
காடாகிப் போகிறதோ
மனசு?

34.
வேரோடு நிற்காமல்
விழுதுகளையும் பரப்புகிறதே மரம்,
இந்த எறும்புகள்
ஏறி வருவதற்காகவா?

35.
இருக்கும் என்றுதான் நம்புகிறோம்
இல்லையென்று தெரிந்தாலும்
வேறென்ன செய்ய
நம்புவதைத் தவிர?

36.
பழசென்று
விட்டெறியப்படும் பொருளுக்கும்
இல்லாமா இருக்கும்
பிரிவின் துயர்?

37.
புத்தன் வீட்டிற்குத் திருடப்போனவன்
திருடனாகவேவா
திரும்புவான்?

38.
'நாளை' என்பது
வந்துவிட்டால் 'இன்று'
போய்விட்டால் 'நேற்றா'?

39.
மூடிக்கொண்ட கண்களுக்கு
நல்லது எது,
கெட்டது எது?

40.
அலைந்து திரிகிறதே மனம்
எதைத் தேடுகிறது;
அமைதியையா?

41.
துளிகள் கூடி
நதியாக ஓடுகிறது,
நதி உதிரித்து
துளிகளாகுமோ?

42.
கரைக்குத் திரும்பும் மீனவன்
வலையில் கொண்டு வருவதென்ன
கடலா?
வானமா?

43.
இசைக் கருவிக்குள்
வாழ்ந்துவிட்டுப் போகிறதா
காற்று?

44.
தக்கையில் கண்ணிருந்தால்
தேடிவராதா
மீன்கள்?

45.
பயணம்தான் வாழ்க்கையென்றால்
காலம் எங்கே இட்டுப்போகிறது
கடைசியில்?

46.
வெளிச்சம் இல்லாத இடத்தில்
மெழுவர்த்திதானே
சூரியன்?

47.
அனுபவம் வேண்டுமென்று
இறந்துபார்க்க முடியுமா?

48.
பறப்பது பிடிக்காமல் போனால்
என்ன செய்யும்
தூக்கனாங் குருவி?

49.
யாருக்காக வீசப்படுகிறது நாணயம்
ஓவியத்திற்கா?
ஓவியனுக்கா?

50.

துன்பத்திற்குப் பழகிக் கொண்டால்

அது

துன்பமாக இருக்காதோ?

51.

வலிமையான குரலைக்

கொண்டிருக்கிறதோ

மௌனம்?

52.

கரைக்கு வரும் வெள்ளலை

எதைச் சொல்லிவிட்டுத் திரும்புகிறது

கரையிடம்?

53.

குழந்தைகளைக் கொஞ்ச நினைக்கிறவன்

எப்படிப் படிக்கிறாய்

என்றா தொடங்குவது?

54.

எதிரியின் கோட்டைக்குள்ளும்

நம் நட்பை வேண்டுகிற ஒருவன்

இரும்பான் அல்லவா?

55.
மறக்கக்
கற்றுக்கொள்வது தானே
வாழக் கற்றுக்கொள்வது?

56.
ஓடுகிற நாயை
ஓடுகிற நாய்தானே
முந்த முடியும்?

57.
இறந்துபோன குழந்தையுடன்
முன்பு விளையாடிக் கொண்டிருந்த பொம்மை
என்ன செய்யும்
இனிமேல்?

58.
கொஞ்சங் கொஞ்சமாய்
நமதாகிக் கொண்டிருந்தால்
காடு எப்படிக்
காடாகவே இருக்கும்?

149. அய்யா சாமியின் ஒரு வரி கதைகள்

1. அவரின் இலக்கிய விருதொன்றைத் திருடிச் சென்றவன். இப்படி எழுதி வைத்துவிட்டு போயிருந்நான்.

''நீ செய்ததையே நானும் செய்திருக்கிறேன்.''

2. எவளையும் நான் காதலிக்கவில்லை எனக் கம்பீரத்தோடு சத்தமாகச் சொன்னவன். மனசுக்குள் முனகினான்

''எவளும் என்னைக் காதலிக்கவில்லை''.

3. சென்ற முறை கூறிய வாக்குறுதிகளையே மீண்டும் சொல்லி ஓட்டுக்கேட்க வந்தான் ஒருவன். எனக்குத் தோன்றியது.

''இவனை அடித்தாலென்ன?''

4. ஆளுக்கொரு உயிரினத்தை வரைந்து கொண்டிருந்தனர் சிறுவர்கள். வெறும் வெள்ளைத்தாளைக் காட்டிய அய்யாசாமியிடம் ஆசிரியர் கேட்டார்.

''என்ன ஓவியம் இது?''

''பச்சோந்தி''

5. ஆணை பட்டாசு வாங்கி வந்தவன், தீ வைத்துவிட்டு வேக வேகமாக ஓடிவந்தான், காதுகளை மூடிக்கொண்டு.

6. அவனுக்கு அவள் வேண்டும். அதனால் அவளிடம் கேட்டான்.

''உனக்கு என்ன வேண்டுமானாலும் கேள் கொண்டு வந்து தருகிறேன்.''

7. திருடன் ஒருவன் ஓட்டப்பந்தயத்தில் கலந்து கொண்டு முதலிடம் பிடித்தான். எப்படி முடிந்தது எனக் கேட்டதற்கு

''துரத்துகிறார்கள் என எண்ணிக்கொண்டேன்''

8. திகிலூட்டும் கதையை எழுதுகிறவரின் பர்ஸ் அப்படியே இருந்தது, பணம் மட்டும் காணவில்லை.

9. திருந்திவிட்டேன் என்றவன் திரும்பவும் குடித்துக் கொண்டிருந்தான்.

''இருபத்து ஐந்தாவது முறை திருத்தயிருக்கிறேன். வெள்ளிவிழா கொண்டாடிக் கொண்டிருக்கிறேன்.''

10. இரண்டு லட்டசத்து முப்பத்து ஐயாயிரத்து நானூற்று அறுபத்து ஏழாவது தத்துவம்; குறித்துக் கொள் என்றான் அய்யாசாமி.

''பெரும்பாலான போதனைகள் குருவினுடையதல்ல; சீடர்களுடையதே''.

11. உன் நாயைக் கட்டி வைத்திருக்கிறாயா எனக் கேட்டுக் கொண்டு வந்த நண்பனுக்கு அய்யாசாமி சொன்னான்.

''நாயைக் கட்டி வைத்திருக்கிறேன். ஆனால் அதன் வாயை அல்ல.''

12. வரப் போகும் தேர்தலை மனத்தில் வைத்து நிவாராண நிதி வழங்க தலைவர் விரும்பினார்.

அன்று இரவு குடிசைகள் எரிந்தன.

13. 'பேராசை' எனும் தலைப்பில் கட்டுரை எழுதிக் கொண்டிருந்தான் அய்யாசாமி.

நாளை புயல் காற்று வீசக்கூடும். பள்ளிகளுக்கு இரண்டு நாள் விடுமுறை. இரண்டாவது வரியை அடித்துத் திருத்தினான்.

பள்ளிகளுக்கு ஒருமாதம் விடுமுறை

14. உங்கள் கணவருடன் விரும்பித்தான் வாழ்கிறீர்களா? அதிலென்ன சந்தேகம். அது சரி இவரைவிட்டால் எனக்கு வேறு ஆள் கிடைப்பார்களா?

15. அந்த விஞ்ஞானி தான் கண்டுபிடித்த கால இயந்திரத்தில் முப்பது ஆண்டுகள் முன்னோக்கிப் போனார்.

யாரோ கண்டுபிடித்ததைத் காப்பி அடித்ததற்காகச் சிறையில் அடைத்திருந்தார்கள் அவனை.

16. போலியாக அந்தப் பொருளைத் தயாரித்தவன் அதன் மீது ஒரு லேபிளை ஒட்டினான்

'போலிகளைப் பார்த்து வாங்கவும்'

17. ஒரு குளத்தை வரைந்தவன் வெளியே பார்த்தான். ஒரே வெயிலாக இருந்தது. சட்டென்று குளத்தில் குதித்து நீந்தத் தொடங்கி விட்டான்.

18. திருட்டுப் போன ஆட்டிற்காக முனிஸ்வரனுக்குக் கோழியைக் காவு கொடுத்தாள் முனியம்மா.

இரண்டாவது முறை கறி சாப்பிட்டான் பூசாரி.

19. "அழுதால் பசி போய்விடுமா?" கேட்டுக்கொண்டே அடித்தால் அம்மா.

அவளிடம் கேட்டது குழந்தை

"சரி, அடித்தால் பசி போய் விடுமா?"

20. மீன் விற்ற பணத்தை எடுத்துக் கொண்டு கறி வாங்கப் போனான். கறி விற்றவனோ மீன் வாங்கப் போனான்.

21. அமைதியாய்ப் புரட்டிக் கொண்டிருந்தவனிடம், ஏதோ பேசிக் கொண்டிருக்கிறது புத்தகம்.

22. அப்பாவின் இறப்பிற்குப் பின் தனக்குத்தான் அவரது கட்டில் சொந்தமென நினைத்திருந்தவன் அவருக்கு முன் இறந்து போனான்.

150. அய்யாசாமியின் ஓவியக் கவிதை

தம்பிய எல்.கே.ஜி.யில் சேக்கணும்
மேட்டுக்கொல்ல பலா மரத்துக்கு

அம்மாவுக்கு ஒடம்பு சரியில்ல;
மருந்து மாத்திரை செலவு
நீட்டுக்கொம்பு ஆட்டுக்கு

எட்டுவழிச் சாலை போடணுமாம்
கல்லாம் பரிச்சு நெலத்துக்கு

காதலிச்சு
ஓடிப்போன அக்கா ஆறே மாசத்துல

தீபாவளி சீட்டுப் புடிச்சவனக் காணோம்

அம்மா பயிரு உரிச்சுச் சேத்தப் பணத்துக்கு

கிராம ராஜ்யமே ராமராஜ்யம் என்ற

கனவு இன்னும்

151. அய்யாசாமியின் லிமெரிக்

வாகனம் ஓட்டினான் குடித்துவிட்டு
விழுந்து கிடக்கிறான் இடித்துவிட்டு
நூறில் போனதென்ன
நூற்றியெட்டில் வந்ததென்ன
திருந்துவாயா நீயுமிதைப் பார்த்துவிட்டு.

ஆயிரம் படிச்சும் இன்னும் கத்துக்கல
லஞ்சம் வாங்குற நீயும் எச்சக்கல
நாட்டுக்குப் பாரமா
வீட்டுக்கு சோரமா
இருக்க வேணாம் உடனே செத்து தொல.

தினமும் தின்றான் பரோட்டா
கடமுடா வயிறு கலாட்டா
மைதா மாவு
திண்ணா நோவு
தெரிஞ்சு நடந்துகோ கரெக்டா.

கடமுடா கடமுடா வண்டி
மாடு ரெண்டும் சண்டி
ரோட்டையே மறந்து
சாட்டைய நம்பி
போட்டுக்கிட்டுப் போறான் ஒரு நைண்டி.

தண்ணீல கொடச்சாஞ்சான் சின்னராசு
தாலியறுத்துத் தெரு வந்தாள் அவன் சரசு
கடதெறந்தா காசுன்னு
கண்மூடி கெடக்காம
உடனடியா முடிவெடுக்குமா நம்ம அரசு

மீனைக் கொடுத்தால் விலக்கு
அதைப் பிடிக்கக்கற்றுப் பழக்கு
பொய்யும் புரட்டுமில்லா
ஏழைப்பாழைக் கெல்லாம்
உழைப்பில் ஏதுமில்லை இழுக்கு

அவசரம் என்று கிளம்பினால் இடையன்
ஆடுகளை மேய்த்தான் சிறு பொடியன்
வயல்வெளிப் புகுந்து
ஆடென நினைத்து
நாயைத் தூக்கி ஓடினான் ஒரு மடையன்

காயமே இது பொய்யடா
வெறும் காற்றடைத்த பையடா
கடன் சொல்லி தின்னியே
கடந்து போச்சு தையடா
என் காசு எடுத்து நீயும் வைய்யடா

தம்பி உனக்கெனப் படி
தரணியில் உருப்பட படி
இருக்கிற அரியர
இங்கியே முடிக்காம
ஊருக்கு போனா உனக்குத்தான் செருப்படி

யாரு போனா உனக்கென்ன
நேரா வைடா உன் கண்ண
வேல வெட்டி பாக்குறன்னு
வெளியே வந்திடும் பிள்ளைங்களுக்கு
வேட்டு வைக்காத விளக்கெண்ண.

ஏத்தி விடறதால வாத்தியார் ஏணி
கத்தி கரையேத்துறதால தோணி
சொன்னபடி படிச்சா ஞானி
இல்லாட்டி போனா
உருப்படாம போயிடுவடா பேமானி

அவந்தான் அய்யாசாமி!

ஆரியந்தான் முதலென்பது வெறும் பேச்சு
ஆகாதார் நமையழிக்க பெரும் சூழ்ச்சி
தமிழியக்கம் தனைக் கண்டார்
பாவாணர் எனும் பெயர் கொண்டார்
உலகறிய செம்மொழியாய் நம்மாட்சி.

இருப்பதுமட்டுமா இருப்பு
இதுக்கா இந்தவொரு பிறப்பு
போட்டுக்கிட்ட போத
போதுமுன்னு கிடந்தா
பிஞ்சு போயிடும் என் செருப்பு.

நயன்தாரா இல்லன்னா சமந்தா
எல்லோரா பக்கம்தான் அஜந்தா
அது இல்லன்னா இது
இது இல்லன்னா அது
ஒருத்தி மட்டுந்தானா ஒனக்கின்னு பொறந்தா

ஆராயமா செயல்பட்டால் சிக்கல்
அவசரமா சாப்பிட்டால் விக்கல்
கிடைக்கறத தின்னாம
செரிக்கிறதா தின்னா
காலையில் தேவைப்படாது கக்கூஸ்ல முக்கல்.

சும்மாதான் குடுத்தேனொரு முத்தம்
அதுல என்ன இருக்கிங்கிறான் குத்தம்
இவன் நியாயம் இவனுக்கு
அவள் நியாயம் அவளுக்கு
அதான் கழற்றி அடிக்கிற சத்தம்.

அஞ்சாவது வாய்பாடு தெரியுங்கிற செருக்கு
யாரையும் மதிக்காம போற கிறுக்கு
வசமா மாட்டுவ
வரையச் சொல்லி நீட்டுவ
அன்னைக்குத்தான் தம்பி ஒனக்கு இருக்கு.

பணித்தளத்தில் இருக்கணும் நீக்குபோக்கு
எதுக்கெடுத்தாலும் கூடாது சாக்குப்போக்கு
இருக்கிற மாதிரி இருப்பான்
பொறுக்கிறமாதிரி பொறுப்பான்
நேரம்வந்தா எழுதிவைப்பான் ஆளத்தூக்கு.

வளர்ச்சிப் பாதையில் வழுக்கிவிடும் அச்சம்
வந்த வாய்ப்பை அடையவிடாது கூச்சம்
வந்தால் மல
போனா தல
நிமிர்ந்து எழ நேரில் தெரியுது உச்சம்

அன்றே சொன்னார் அண்ணா
அறிவுதான் வலிமை கண்ணா
புத்தியத் தீட்டாம
இன்னும் கத்தியத் தீட்டிறியே
உன் மண்டையில என்ன களிமண்ணா?

குளிக்காம வந்துருக்கியே தப்புடா
கூட ஒக்கார முடியல ஒரே கப்புடா
சுத்தம் சோறு போடும்
சுகாதாரம் கொழம்பு ஊத்தும்
சொல்றத கேட்டுத் திருந்தறது நீ எப்படா?

ஏண்டா ஒனக்கு இந்தப் புத்தி
ஒருநாள் திரியபோற பைத்தியம் முத்தி
சித்தப்பா நான் சொல்றன்
இப்பவாவது புரிஞ்சுக்கடா
ஒரு வகையில் அவ உனக்கு ஆவா சித்தி

சோறு போட்ட காட்ட
வித்துக் கட்டிப்புட்டேன் வீட்ட
சொந்தத் தொழில் போயி
கூலிக்காரன் ஆயி
எனக்கு நானே வச்சுக்கிட்டேன் சூட்ட

அவளை வேண்டாமென்றான் குட்டை
இவளை வேண்டாமென்றான் நெட்டை
இருக்கணுமாம் மினுக்கி
அப்படித் தேடி அலைஞ்சி
ஆயிப்போச்சு அவன் தலையும் சொட்ட

உலகம் என்றுமே நிலையாமை
நமக்கே என்பது அறியாமை
இயற்கை வெல்லும்
மனிதம் தோற்கும்
உண்மை உணர மனசு ஏற்கும் அலையாமை

உனக்குச் சொல்றன் ஒண்ணு
புடிச்ச தொழிலப் பண்ணு
அவன இவனப் பாத்து
அதுக்கும் இதுக்கும் காத்து
இருக்கறதையும் இழந்துடாத கண்ணு

சட்டம் என்றொரு உண்மையின் மூச்சு
சண்டியர் புகுந்த சாக்கடை ஆச்சு
கொட்டி முழக்கிடும்
அரசியல் வீச்சும்
கட்டி வைக்கணும் மூலையில் என்றாச்சு!

படிக்கும்போது உனக்கெதுக்கு அரட்ட
பகல்பொழுது தூங்கிவிடாத குறட்ட
உள்ளத்தில் உறுதியெடு
ஆயிரத்தில் ஒருவனா நீ
பொறந்திருக்க பூமிப் பந்த பொரட்ட.

ஊசி போன போண்டா
உனக்கென்ன ஏமேல காண்டா
நீயும் நானும் பிரண்டா
இருப்போம்னு சொன்னா
உதைக்க வர்றியே ஏண்டா.

அக்கம் பக்கம் பேசிக்கிட்டாங்க
அவதூறு நால பரப்பிவிட்டாங்க
இட்டுக்கட்டி எதிராடி
வெத்து வேட்டுப் புகழ்பாடி
வெட்டிப் பொறப்பா வாழ்ந்து கெட்டாங்க.

வீட்டுக்குள்ள விடமாட்டா என்னோட சாந்தி
நோட்டுல இருக்காரு மகாத்மா வாந்தி
எடுத்தாலும் பரவாயில்ல காந்தி
குடிக்காம விடமாட்டேன்
இன்னைக்கு ஒரு பாட்டில் பிராந்தி

உழைப்பாளிங்க சொல்றத கேட்டா
ஒருநாள் நீயும் ஆகலாம் டாட்டா
சோம்பலே சுகமுன்னு பூட்டா
சொல்லவே வேணாம்
செல்வமும் செழிப்பும் சொல்லிடும் டாடா

சுதந்திரம் என்பது உரிம
சுயநலமென்றாலும் உழைப்பது கடம
யாரோ சேர்த்த பணத்தில்
நீரோவா நீ வாழ்ந்தால்
அது பெரும இல்லடா எரும.

வாழனும் நாம தினமும் அன்போடு
வழங்கனும் வாரி நல்ல மனசோடு
யாருக்கும் உதவாம
தரணியே வளைச்சாலும்
தனியேதான் போகனும் சுடுகாடு.

நான் எப்பவும் பிசி
இதையே சொல்லாதடா சசி
பசிச்சா சாப்பிடனும்
நினைச்சா தூங்கனும்
இது தாண்டா வாழ்க்கைக்கு ருசி.

152. சீடன் அய்யாசாமி

அந்தக் குருவிடம் அவன் சீடனா சேந்து
ரெண்டு வருஷம் முடியப்போகிறது.
இன்னும் அவர் அவனச் சீடனா ஏத்துக்கல.
அவன்தான் அவரக் குருன்னு சொல்லிக்கிட்டு இருக்கான்.
இன்றைய வகுப்புக்குத் தரிசனமானார் குரு.
இவனும் பின் வரிசையில ஒக்காந்துருக்கான்.
தன் சொல் சித்திரத்த மௌனமும், வாத்தையுமா
பொழிய ஆரம்பிச்சுட்டாரு குரு.
'நேராய் வரைந்தால்தான் நெடுங்கோடு'
வரையறுத்தார் குரு.
வளைத்துக் கொண்டேபோனாலும் தப்பில்லை;
வட்டம் வருமெனச் சொல்ல நினைத்தான் சீடன்.
'மரத்தின்சிறகுகள் தான் பறவைகள்'
தம் சிந்தனையின் ஆழத்தைக் காட்டினார் குரு.
பறவைகளின் எச்சம் தான் மரங்களென
உச்சத்தைத் தொட்டான் சீடன்.

'பொம்மை நாய்க்குக் குரைக்கத் தெரியாது'
சிரித்துக் கொண்டார் குரு.
உயிர் நாய்க்கு நிறுத்தத் தெரியாதென
முனகிக் கொண்டான் சீடன்.
'மரத்திற்கு ஓரறிவு; மனிதனுக்கு ஆறறிவு'
உயரத்தில் வைத்தார் குரு.
மரங்கள் தங்களுக்காகச் சுவாசிக்கின்றன.
பிறருக்காக ஒளிச்சேர்க்கை செய்கின்றன
எண்ணிக் கொண்டான் சீடன்.
'கொடுத்தலின்றி வாழ்க்கையில்லை'
வரையறை கண்டார் குரு.
பெற்றிருந்தால் தானேகொடுக்க முடியுமென
நிராகரித்தான் சீடன்.
'ஒரு கையில் கடித்த கொசுவை இன்னொருகையால் அடித்தேன்.
தப்பி ஓடிவந்து காதில் சொன்னது...'
சொல்லி முடிக்கவில்லை குரு.
கெட்ட வார்த்தையாகத்தான் இருக்கு மென
உறுதியாய் நின்றான் சீடன்.

'இன்று வருகிற வழியில் ஒரு மரத்தை வெட்டினார்கள்.
தடுக்க முயன்றேன் முடியவில்லை'
இயலாமையில் புகழ்தேடினார் குரு.

அதன் விதைகளில் ஒன்றிரண்டை எடுத்து வந்திருக்கலாமென இன்னொரு வழியை யோசித்தான் சீடன்.

'சொட்டு சொட்டாய் கரைந்து உருகும் மெழுகுவர்த்தி
தருகிற பாடம் கண்ணீர் தான்வாழ்க்கை'
காரணத்தைச் சொன்னார் குரு.

அய்யோ பாவம் - அதன் ஒளி உணராது போனார்களே யென
புலம்ப நினைத்தான் சீடன்.

'அடிக்கிற காற்றுக்கெல்லாம் வளைந்து கொடுப்பதால் தான்
தப்பிப் பிழைக்கிறது நாணல்'
இரகசியம் சொன்னார் குரு.

வளைந்து கொடுப்பதே வாழ்க்கையான நாணல்
எங்காவது மரமாகியதுண்டா?
கேள்வியில் மூழ்கினான் சீடன்.

'மதங்களை விட்டால் யார் இருக்கிறார்கள்
மனிதர்களைக் காப்பற்ற?'
சமயத்திற்குள் புகுந்தார் குரு.

மனிதர்களை விட்டால் யார் இருக்கிறார்கள்
மதங்களைக் காப்பாற்றவென
மாற்றி யோசித்தான் சீடன்.

'தட்டுங்கள் திறக்கும்'
தத்துவம் என்றார் குரு.

' திறக்கும் வரைதட்டு'

உரிமை கோரினான் சீடன்.
'கேளுங்கள்கொடுக்கப்படும்'
நெறிபடுத்தினார் குரு.
'கொடுக்கிறவரை கேள்'
உரமேற்றினான் சீடன்.
'தேடுங்கள் கிடைக்கும்'
ஆற்றுப்படுத்தினார் குரு.
'கிடைக்கிறவரை தேடு'
ஆவேசப்பட்டான் சீடன்.
'எதையும் நினைத்துக் கொண்டிருக்காதே'
வாழ்வின் தெளிவென்றார் குரு.
எதையெல்லாம் நினைக்கக்கூடாதென
நினைத்துக் கொண்டிருந்தான் சீடன்.
'பசியோடு இருப்பவர்களுக்காகத் தினமும் செபிக்கிறேன்'
என்றார் குரு.
இருப்பதில் எதையாவது கொடுக்கலாமே பசி தீருமென
சிந்தித்தான் சீடன்.
புத்தனைத் தேடுவதே ஞானமார்க்கம்
முடி வாகச் சொன்னார் குரு.
ஞானத்தைத் தேடுவதே புத்தமார்க்கம்
திருப்பி அடித்தான் சீடன்.
'குரு இல்லாமல் சீடனில்லை '

கர்வம் கொண்டார் குரு.
சீடன் இல்லாமல் குரு எதற்கு'
அவரையே பார்த்தான் சீடன்.
'சீடனே ஒரு நாள் குருவாகிறான்'
உயர்த்திக் கொண்டார் குரு.
'குரு ஒருநாளும் சீடனாவதில்லை'
எழுந்து கொண்டான் சீடன்.